AF081277

ഗ്രീൻ ബുക്സ്

ഡബിൾ ബെൽ

ഹാരിസ് നെന്മേനി

വയനാട് ജില്ലയിലെ നെന്മേനി സ്വദേശി.
ചരിത്രത്തിൽ ബിരുദവും സോഷ്യോളജിയിലും
ഗ്രാമവികസനത്തിലും ബിരുദാനന്തര ബിരുദങ്ങളും.
ഇപ്പോൾ റവന്യൂ വകുപ്പിൽ ജീവനക്കാരനാണ്.

പുരസ്കാരങ്ങൾ: സുകുമാർ അഴീക്കോട്-തത്ത്വമസി
അവാർഡ്, കുഞ്ഞുണ്ണിമാഷ് പുരസ്കാരം,
പാലാ കെ.എം മാത്യു അവാർഡ് തുടങ്ങിയവ.

അനുഭവം
ഡബിൾ ബെൽ

ഹാരിസ് നെന്മേനി

ഗ്രീൻ ബുക്സ്

green books private limited
gb building, civil lane road, ayyanthole,
thrissur- 680 003, kerala, ph: +91 487-2381066, 2381039
website: www.greenbooksindia.com
e-mail: info@greenbooksindia.com

malayalam
double bell
experience
by
haris nenmeni

first published march 2020
copyright reserved

cover design : mansoor cheruppa
cover photo : salam arakkal

branches:
thrissur 0487-2422515
thiruvananthapuram 0471-2335301
calicut 0495 4854662
ernakulam 8589095302

isbn : 978-93-89671-55-1

---

no part of this publication may be reproduced,
or transmitted in any form or by any means,
without prior written permission of the publisher.

GBPL/1143/2020

മുഖക്കുറി

പുതുമയുള്ള ഒരാശയം മലയാള സാഹിത്യത്തിൽ കാഴ്ചവെക്കുന്നു എന്നതാണ് ഹാരിസ് നെന്മേനിയുടെ ഈ പുസ്തകത്തിന്റെ പ്രത്യേകത. തന്റെ ജീവിതത്തിന്റെ ഇടവേളയിൽ കൈവരിച്ച അനുഭവങ്ങളാണ് ഈ പുസ്തകത്തിന് അടിസ്ഥാനമായിട്ടുള്ളത്.

കൃഷ്ണദാസ്
മാനേജിങ് എഡിറ്റർ

ഈ എഴുത്തിൽ എത്രമാത്രം സാഹിത്യമുണ്ട്? തീർച്ച പോരാ. പക്ഷേ ഇതിൽ നിറയെ ജീവിതമുണ്ട്. അല്ലെങ്കിൽ ജീവിതത്തെ സംബന്ധിച്ചുമാത്രമാണെന്ന് തീർച്ചയുണ്ട്! അല്ലെങ്കിലും ജീവിതം ചിലപ്പോഴെങ്കിലും സാഹിത്യവടിവുകൾക്കൊപ്പിച്ച് മാത്രമല്ലല്ലോ.

മുമ്പ് സാമൂഹ്യസേവന-ഗവേഷണ മേഖലയിലും പിന്നീട് സർക്കാർ സർവ്വീസിലും ജോലി ചെയ്തതുമായി താരതമ്യപ്പെടുത്തുമ്പോൾ ചെറിയൊരു കാലം മാത്രമായിരുന്നു കെ.എസ്.ആർ.ടി.സിയിൽ ഉണ്ടായിരുന്നത്. പക്ഷേ അത് തന്നെയും അനുഭവവൈവിധ്യം കൊണ്ട് സമ്പന്നമായിരുന്നു. കെ.എസ്.ആർ.ടി.സിയിലെ ജീവിതം, ജോലിക്കിടെയുണ്ടായ നല്ലതും ചീത്തയുമായ സംഭവങ്ങൾ, പരിചയപ്പെട്ട മനുഷ്യർ, അബദ്ധങ്ങൾ, പിഴവുകൾ, തിരിച്ചറിവുകൾ, സംഘർഷങ്ങൾ, ചിരി ചുണ്ടിൽ കൊണ്ടു ചേർക്കും തമാശകൾ, കെ.എസ്. ആർ.ടി.സിയെപ്പറ്റി പൊതുവിലുള്ള നിരീക്ഷണങ്ങൾ, ആലോചനകൾ, പ്രതീക്ഷകൾ... ഒക്കെയാണ് ഈ എഴുത്തിൽ ചേർത്തുവെയ്ക്കുന്നത്.

ചിലയിടത്തെല്ലാം ആളുകളുടെ പേരുകൾ വെളിപ്പെടുത്തിയിട്ടില്ല. അവരൊക്കെ ഇപ്പോഴും സർവ്വീസിൽ തുടരുന്നതിനാലാണത്.

ഒട്ടും പ്രതീക്ഷിക്കാതെ, ആഗ്രഹിക്കാതെ, കെ.എസ്.ആർ.ടി.സിയിൽ എത്തിപ്പെട്ടവനാണ് ഞാൻ. ചേർന്ന ശേഷം പിന്നീടത് അനുഭവങ്ങളാൽ എനിക്ക് പ്രിയപ്പെട്ട ജീവിതമാവുകയും ചെയ്തു.

ആനവണ്ടിയോട്, കെ.എസ്.ആർ.ടി.സിയോട് ഉള്ള ഇഷ്ടം തന്നെയാണ് ഈ എഴുത്തിന് പിന്നിലെ മുഖ്യപ്രചോദനം.

നന്ദി, സ്നേഹം കെ.എസ്.ആർ.ടി.സി, സഹപ്രവർത്തകർ, E.K.ശിവശങ്കരൻ, ജിനു ബാനർജി, സുരേന്ദ്രൻ, റിയാസ്, സരീഷ് വയനാട്, 'പ്രസാധകൻ' മാസികയിലെ എൽ.ആർ.ഷാജി, ആദ്യവായനക്കാരിയായ നസീബു, പ്രിയപ്പെട്ട വായനക്കാർ, ടീം ഗ്രീൻ ബുക്സ്, മറ്റുള്ളവർ...

ഹാരിസ് നെന്മേനി

കെ.എസ്.ആർ.ടി.സിയിലേക്ക്

"ഇയാളൊക്കെ ഇതിനകത്ത് നിൽക്കുമോ? അതോ രാജിവെച്ച് പോകുമോ?"

കടുകടുപ്പനായ ഒരു പി.എസ്.സി. എഴുത്തുപരീക്ഷ, നെഞ്ചും ഉയരവും അളന്നുള്ള കായികക്ഷമതാപരീക്ഷ, പിന്നെ റാങ്ക് ലിസ്റ്റിലെ നീണ്ട കാത്തുകിടപ്പ് എന്ന ക്ഷമാപരീക്ഷ...

കടമ്പകളോരോന്നും കടന്ന് നിയമന ഉത്തരവുമായി ആദ്യമായി ലഭിച്ച പി.എസ്.സി. ഉദ്യോഗത്തിന് ചേരാനെത്തിയ എന്നെ സ്വീകരിച്ച സ്വാഗത വാചകമാണ് മുകളിൽ.

അസിസ്റ്റന്റ് ട്രാൻസ്പോർട്ട് ഓഫീസർക്ക് അങ്ങനെ ചോദിക്കാൻ ന്യായങ്ങളുണ്ടാവും. തന്റെ അത്രയും കാലത്തെ ജോലി ജീവിതത്തിനിടയിൽ അദ്ദേഹത്തിന് വരവിന്റേയും വന്നതിലും വേഗത്തിലുള്ള രാജി വെച്ച് പോക്കിന്റേയും നിരവധി അനുഭവങ്ങളും ഉദാഹരണങ്ങളുമുണ്ടാവും.

കാരണം അദ്ദേഹം ജോലി ചെയ്യുന്നത് കെ.എസ്.ആർ.ടി.സി. എന്ന കേരള സ്റ്റേറ്റ് റോഡ് ട്രാൻസ്പോർട്ട് കോർപ്പറേഷനിലാണല്ലോ. അങ്ങോട്ടാണല്ലോ ആദ്യം പി.എസ്.സിയും തുടർന്ന് കെ.എസ്.ആർ.ടി.സിയും അയച്ച നിയമനക്കടലാസുകളും അന്നേ വരെയുള്ള ജീവിതത്തിനെ ആകെ സംഗ്രഹിച്ചിരിക്കുന്ന ഏതാനും യോഗ്യതാ സർട്ടിഫിക്കറ്റുകളുമായി ഞാൻ കടന്ന് ചെന്നിരിക്കുന്നത്. അതും പല വർണ്ണക്കുപ്പായവും പാന്റും മാറ്റി കാക്കിയെന്ന ഒറ്റക്കളറണിഞ്ഞ് കണ്ടക്ടറായി ജോലി ചെയ്യാൻ. ഏതായാലും എ.ടി.ഒയുടെ ചോദ്യത്തിനുള്ള എന്റെ ഉത്തരവും മറ്റൊരു ചോദ്യമായിരുന്നു. ഒട്ടൊരു അത്ഭുതത്തിൽ, ആത്മവിശ്വാസത്തിൽ.

"അതെന്താണ് സാർ അങ്ങനെ പറഞ്ഞത്? ആദ്യമായി കിട്ടുന്ന സർക്കാർ ജോലിയാണ്, ഞാൻ ഇതിൽ നിൽക്കാതെ എങ്ങോട്ടു പോവാൻ?"

എന്റെ കടലാസുകളും പ്രമാണങ്ങളും വാങ്ങി പരിശോധിക്കുമ്പോൾ ചെറിയൊരു ചിരി എ.ടി.ഒയുടെ ചുണ്ടിലുണ്ടായിരുന്നോ?

ഈ ജോലിയിൽ ഏറെക്കാലം ഞാൻ തുടരാനിടയില്ലെന്ന് കരുതാൻ അദ്ദേഹത്തിന് അദ്ദേഹത്തിന്റേതായ ന്യായങ്ങളുണ്ടാവും. കാരണം, നേരത്തേ പറഞ്ഞതുപോലെ വന്നതിന്റെ പിറ്റേന്നാൾ തന്നെ രാജി വെച്ച് പോയ എത്രയോ 'ആയാറാം, ഗയാറാം' കേസുകൾ കണ്ടിട്ടുണ്ടാവും അദ്ദേഹം. കുറേയൊക്കെ ഞാനും കേട്ടിട്ടുണ്ട്. കെ.എസ്.ആർ.ടി.സിയിലെ ജോലി ഉപേക്ഷിച്ച് കുറഞ്ഞ ശമ്പളമുള്ള ജോലികളിലേക്ക് മാറിയ അന വധിയായ ആളുകളെപ്പറ്റി.

ഏതായാലും ഞാനീ ജോലി ഗൗരവത്തിലെടുത്തിട്ടുണ്ട്. അതു കൊണ്ടു തന്നെ തുടരും എന്ന ഉറപ്പ് നൽകിയാണ് ഞാൻ അസിസ്റ്റന്റ് ട്രാൻസ്പോർട്ട് ഓഫീസറുടെ മുറി വിട്ട് ഇറങ്ങിയത്. അതല്ലാതെ എന്റെ മുമ്പിൽ മറ്റ് വഴികളൊന്നുമുണ്ടായിരുന്നില്ല. കാരണം നിലവിലെ ഏക വരുമാനമാർഗ്ഗമായ ജോലി ഉപേക്ഷിച്ചിട്ടാണല്ലോ എന്റെ വരവ്. മനസ്സില്ലാ മനസ്സോടെയെങ്കിലും...

വിവിധ സാമൂഹ്യസേവന സ്ഥാപനങ്ങളിൽ ജോലി ചെയ്തു പോന്ന ഒരു കരിയറായിരുന്നു അതുവരേയും എന്റേത്. വയനാട് ജില്ലയിലെ സോഷ്യൽ സർവ്വീസ് സെന്ററുകളായ ശ്രേയസ്, രാസ്ത, തിരുവനന്ത പുരം ആസ്ഥാനമായി പ്രവർത്തിക്കുന്ന പ്ലാനറ്റ് കേരള എന്ന എൻ.ജി.ഒ, ഗവൺമെന്റിനോട് കൂടുതൽ ചേർന്ന് നിന്ന് പ്രവർത്തിക്കുന്ന സെന്റർ ഫോർ ഡെവലപ്പ്മെന്റ് സ്റ്റഡീസ് (CDS)... അങ്ങനെ വിവിധ കാലങ്ങളിൽ വിവിധ പ്രോജക്ടുകളിലും ഗവേഷണ പരിപാടികളിലും അവയുടെ തിരക്കുകളിലുമൊക്കെയായി പത്തു പതിനഞ്ചു വർഷം. കെ.എസ്.ആർ. ടി.സിയിലേക്ക് വരുമ്പോൾ ഞാൻ ബ്രഹ്മഗിരി ഡെവലപ്മെന്റ് സൊസൈറ്റി എന്ന സഹകരണ സ്ഥാപനത്തിൽ പ്രോജക്ട് മാനേജരായിരുന്നു. 15 നീർത്തട വികസനപദ്ധതികളുടെ നടത്തിപ്പായിരുന്നു ചുമതല. നാല്പ തോളം സഹപ്രവർത്തകർ, മികച്ച പദവി, ഭേദപ്പെട്ട ശമ്പളം, പരിശീലന ങ്ങളിലൂടെയും യാത്രകളിലൂടെയും പഠനങ്ങളിലൂടെയും സ്വയം നവീ കരിക്കാനുള്ള സ്ഥിരമായ അവസരങ്ങൾ. ഒക്കെത്തിനും പുറമേ എൻ.ജി.ഒ. സെക്ടറിലെ ഒന്നര പതിറ്റാണ്ട് കാലത്തെ അനുഭവപരിചയവും.

ഇങ്ങനെയൊക്കെയുള്ള ഒരു പശ്ചാത്തലത്തിൽ നിന്ന് പറിഞ്ഞ് പോരാൻ, പിന്നീടുള്ള ജീവിതം കാക്കിയുടെ ഒറ്റക്കളറിൽ തളച്ചിടാൻ - അതും നിലവിലെ ശമ്പളത്തിൽ നിന്നും വലിയൊരളവ് കുറവ് സഹിച്ചു കൊണ്ട് - ഞാൻ സ്വാഭാവികമായും മടിച്ചും ആശങ്കപ്പെട്ടും നിന്നു. അതുകൊണ്ട് തന്നെ സാധ്യമായത്രയും സമയമെടുത്ത് ജോയിൻ ചെയ്യേ ണ്ടതിന്റെ തൊട്ടുമുമ്പാണ് ഞാൻ ജോലിക്ക് ചേരുന്നത്.

ആലോചനകളുടെ സമയമായിരുന്നു ആ ദിവസങ്ങളത്രയും. സുഹൃ ത്തുക്കളോടും പ്രിയപ്പെട്ടവരോടും അഭിപ്രായമാരാഞ്ഞു. അഹങ്കാരം

കാട്ടരുത്, പി.എസ്.സി. പരീക്ഷ എഴുതിക്കിട്ടിയ ജോലിയാണ്, ഓരോരു ത്തർ എങ്ങനെയെങ്കിലും കടന്നുകൂടാൻ പെടാപ്പാട് പെടുമ്പോൾ...

ആ നിലയ്ക്കായിരുന്നു മിക്കവരുടേയും ഉപദേശം.

വേറെ ചിലർ മുങ്ങുന്ന കപ്പലായ കെ.എസ്.ആർ.ടി.സിയിൽ ചെന്ന് കേറണോ എന്ന സംശയം ചോദിച്ചു. ഡിഗ്രിയും പി.ജിയുമൊക്കെ എടുത്തിട്ട് കിട്ടിയ ഒരു പണിയേ എന്ന് ചിലർ സഹതാപപ്പറച്ചിൽ നടത്തി.

ഒടുവിൽ സ്വീകാര്യമായ ഒരു നിർദ്ദേശം പറഞ്ഞത് സുഹൃത്തും മുൻ സഹപ്രവർത്തകനുമായ ആൻ്റണി കുന്നത്താണ്.

ജോയിൻ ചെയ്യുക. അതോടെ മൂന്ന് വഴികൾ മുമ്പിൽ തുറന്ന് വരും. മൂന്ന് ഓപ്ഷനുകൾ, ഒന്ന് ജോലിയിൽ തുടരുക, രണ്ട് ലീവിൽ പോവുക, മൂന്നാമത്തേത് രാജി വെക്കുക.

അങ്ങനെ ഈ മൂന്ന് സാധ്യതകളും മുന്നിൽ കണ്ട് ഞാൻ ജോലിക്ക് ചേർന്നു. ടക്ക് ഇൻ ചെയ്ത കുപ്പായവും പാൻ്റും മാറ്റി കാക്കിയണിഞ്ഞ് തൊഴിലാളിവർഗ്ഗ പ്രതിനിധിയായി, കണ്ടക്ടറായി.

ജീവിതത്തിൽ മറ്റ് പലതുമാവുന്നത് സ്വപ്നം കണ്ടിട്ടുണ്ടെങ്കിലും വന്യ മായ ഒരു ആലോചനയിൽപോലും കടന്നുവരാത്ത ഒരു ജോലിസ്ഥലത്ത് അന്നു മുതൽ ഞാനെന്നെ കണ്ടെത്തി.

പാഠം ഒന്ന് - മണി എന്ന വജ്രായുധം

ജോലിക്ക് ചേരുന്ന എല്ലാവർക്കും കെ.എസ്.ആർ.ടി.സി. പരിശീലനം നൽകും. ഇൻഡക്ഷൻ ട്രെയിനിംഗ്. ഇപ്പോഴൊട്ടു മിക്ക വകുപ്പുകളുടേയും പ്രവർത്തനപരിപാടിയുടെ ഭാഗമാണ് ജീവനക്കാരുടെ സ്കിൽ അപ്ഗ്രഡേഷൻ പരിശീലനങ്ങൾ. പക്ഷേ കെ.എസ്.ആർ.ടി.സിയെപ്പോലെ സർവ്വീസ് ആരംഭത്തിൽ തന്നെ അത് നൽകുന്ന, അതും ഒട്ടുമിക്ക ജീവനക്കാരെയും അതിന്റെ ഭാഗമാക്കുന്ന സ്ഥാപനങ്ങൾ, വകുപ്പുകൾ കുറവായിരിക്കും. കെ.എസ്.ആർ.ടി.സിയിൽ അത് അനിവാര്യമാണുതാനും.

ആദ്യഘട്ട പരിശീലനം മിക്കവർക്കും തിരുവനന്തപുരത്തായിരിക്കും. ചിലർക്ക് എടപ്പാളിലും കോഴിക്കോടുമെല്ലാം ആവാം. എനിക്ക് തിരുവനന്തപുരത്തായിരുന്നു. ഇലക്ട്രോണിക് ടിക്കറ്റിംഗ് മെഷീൻ ഉപയോഗിച്ചും മാന്വൽ റാക്ക് ഉപയോഗിച്ചും ടിക്കറ്റ് കൊടുക്കേണ്ട വിധമാണ് ആദ്യം പരിശീലിപ്പിക്കുക. ഒപ്പം ആത്മവിശ്വാസവും ധൈര്യവുമുണ്ടാക്കുന്നതിനുള്ള പേഴ്സണാലിറ്റി ഡെവലപ്പ്മെന്റ് സെഷനുകളും കാണും. ചില അധ്യാപകർ കെ.എസ്.ആർ.ടി.സി. ചരിത്രവും അപ്പോഴത്തെ നിലയുമൊക്കെ ക്ലാസിന്റെ ഭാഗമായി പ്രതിപാദിക്കും. വിരമിച്ച കെ.എസ്.ആർ.ടി.സി. ജീവനക്കാരാണ് ക്ലാസെടുക്കുന്നവരിൽ മിക്കവരും. നല്ല സെൻസ് ഓഫ് ഹ്യൂമർ ഉള്ളവർ.

കെ.എസ്.ആർ.ടി.സിയിൽ നിലവിലുള്ള പല വിചിത്രമായ നിയമങ്ങളെക്കുറിച്ചെല്ലാം ഇവർ പറയുമ്പോൾ നമ്മൾ ചിരിക്കണോ കരയണോ എന്നറിയാതെ നിന്നുപോകും.

കൃത്യമായ ഫെയർ മാത്രമേ ഒരു കണ്ടക്ടർ യാത്രക്കാരിൽ നിന്നും വാങ്ങാൻ പാടുള്ളുവത്രേ. ഉദാഹരണത്തിന് ഒരാളുടെ ടിക്കറ്റ് 19 രൂപ ആണെന്നിരിക്കട്ടെ, യാത്രക്കാരിൽ നിന്ന് ഇരുപത് രൂപാ നോട്ടോ രണ്ട് പത്ത് രൂപാ നോട്ടുകളോ ഒരു നൂറ് രൂപാ നോട്ടോ വാങ്ങാൻ പാടില്ലത്രേ. കൃത്യം കൃത്യമായി 19 രൂപ തന്നെ യാത്രക്കാരൻ കൊണ്ടുവരണം! ബാഗിലെ പണവും ടിക്കറ്റ് വിറ്റ തുകയും എണ്ണിനോക്കിയാലും രണ്ടും തുല്യമായിരിക്കണം.

യാത്രക്കാരെ ബസ്സിൽ കുത്തി നിറച്ച് നിൽക്കാൻ അനുവദിക്കരുത്. സീറ്റ് എണ്ണത്തിന് പുറമേ കുറച്ചുപേരെ മാത്രമേ നിൽപ്പിന് അനുവദിക്കാവൂ... ഇങ്ങനെ നടപ്പിൽ വരുത്താൻ ഏറെ പ്രായോഗിക ബുദ്ധിമുട്ടുള്ള ഒട്ടേറെ നിയമങ്ങൾ. ഇങ്ങനെയൊക്കെ ചട്ടങ്ങളുള്ള കാര്യം അതാത് കാലത്തെ വകുപ്പ് മന്ത്രിമാർക്ക് തന്നെ അറിവുണ്ടാകുമോ ആവോ! ഏതായാലും പരിശീലനം നൽകുന്നവർ ഇതൊക്കെ വിശദീകരിക്കും. എന്നിട്ട് ശബ്ദം താഴ്ത്തി പറയും.

നിയമമൊക്കെ കടലാസിൽ ഇരിക്കത്തേയുള്ളൂ. നിങ്ങൾ അതൊന്നും നോക്കാതെ പരമാവധി ആളെ കയറ്റണം, ടിക്കറ്റ് കൊടുക്കണം. കാരണം നമുക്ക് ശമ്പളവും പെൻഷനും തരാനുള്ള ഏകവരുമാന സ്രോതസ്സ് ബസ്സിൽ നിങ്ങൾ മുറിച്ചു കൊടുക്കുന്ന ടിക്കറ്റ് മാത്രമാണ്.

തിരുവനന്തപുരത്തെ ഈ പരിശീലനം നമ്മെ കണ്ടക്ടറാവാൻ തിയററ്റിക്കലി പാകപ്പെടുത്തും. തിയററ്റിക്കലി മാത്രം. പക്ഷേ ആത്മവിശ്വാസത്തോടെ ജോലി ചെയ്ത് തുടങ്ങാൻ പ്രായോഗിക പരിശീലനം അത്യാവശ്യമാണ്. പോസ്റ്റിംഗ് ലഭിച്ച ഡിപ്പോയിൽ നിന്നാണ് ഇത് ലഭിക്കുക. എനിക്കത് സ്വന്തം ജില്ലയിൽ തന്നെയുള്ള, വീടിനടുത്തുള്ള സുൽത്താൻ ബത്തേരി ഡിപ്പോയിൽ തന്നെയായിരുന്നു.

യാത്രക്കാരുമായി വിവിധ സ്ഥലങ്ങളിലേക്ക് പോകുന്ന ബസ്സുകളിൽ കയറിയാണ് ഈ പരിശീലനം. ഗുരുവായി നമുക്കിഷ്ടമുള്ള ആരേയും തിരഞ്ഞെടുക്കാം. സഹപാഠിയും സുഹൃത്തുമായ സാജിദിന്റെ കൂടെയാണ് ഞാൻ ആദ്യം പ്രാക്ടിക്കലിന് കയറിയത്. സ്കൂൾ അധ്യാപകനും പരിശീലകനുമായ അവൻ എന്നേക്കാൾ എട്ട് മാസം മുമ്പേ സർവ്വീസിൽ വന്നിരുന്നു.

കണ്ടക്ടർ ജീവിതത്തിന്റെ അവശ്യം വേണ്ട ബാലപാഠങ്ങളഭ്യസിച്ചത് സാജിദിൽ നിന്നാണ്. എന്റെ നാട്ടിലൂടെ കടന്നുപോകുന്ന അമ്പലവയൽ ബസ്സിലായിരുന്നു ആദ്യ പരിശീലനം. ബസ്സിലെ ഒട്ടുമുക്കാൽ പേർക്കും ടിക്കറ്റ് നൽകിയ ശേഷം സാജിദ് ഇ.ടി.എം എന്ന ടിക്കറ്റിംഗ് മെഷീൻ എന്റെ കയ്യിൽ തന്നു. ഒരു സ്ഥാനാരോഹണം പോലെ. ഒപ്പം കണ്ടക്ടർ ബാഗും. അദ്ഭുതം. അതെനിക്ക് എളുപ്പം വഴങ്ങി. കാര്യമായ പ്രയാസങ്ങളില്ലാതെ ടിക്കറ്റ് കൊടുക്കലും പണം വാങ്ങി ബാക്കി നൽകലും നടന്നു. പിന്നെയും ഒന്നുരണ്ട് ട്രിപ്പുകൾ കൂടി അവന്റെയൊപ്പം തുടർന്നു. ഇടയിലെ ഇടവേളകൾ അവൻ പ്രധാനപ്പെട്ട പല ട്രിപ്പുകളും എനിക്ക് പകർന്നു തന്നു.

ബസ്സിലെ നിൽപ്പായിരുന്നു ഇക്കാര്യത്തിൽ പ്രധാനം. ബസ്സിന്റെ ഇടതുഭാഗത്തെ സീറ്റുകളുടെ അടുത്തേ കണ്ടക്ടർ നിൽക്കാവൂ. കാരണം യാത്രക്കാർ ഇറങ്ങുകയും കയറുകയും ചെയ്യുന്ന വാതിലുകൾ ആ സൈഡിലാണ്. അങ്ങോട്ട് നോട്ടം കിട്ടുക എന്നത് വളരെ പ്രധാനമാണ്. ബസ് ഓടുകയാണെങ്കിലും നിൽക്കുകയാണെങ്കിലും സീറ്റ് കമ്പിയിൽ

ചാരി മാത്രമേ നിൽക്കാവൂ. ഇതിനായി ആരെയും തള്ളിനീക്കിയിട്ടാണെങ്കിലും ഇടമുണ്ടാക്കണം. ഇടത്തേ കാല് മുന്നാക്കം വെച്ച് അല്പം ചെരിഞ്ഞ് ഇടതു കാലിൽ കൂടുതൽ ഭാരം ഊന്നിവേണം നിൽക്കാൻ. പെട്ടെന്നുള്ള ബ്രേക്കിടലിന്റെ ആഘാതം കുറയ്ക്കാനും വളവുകളിൽ ബാലൻസ് നിലനിർത്താനും ഇതാണ് സൗകര്യം.

വീണാലും പൂച്ചയെപ്പോലെ സൂക്ഷിച്ച് വേണം. കഴുത്തിലുള്ള ഇലക്ട്രോണിക്ക് ടിക്കറ്റ് മെഷീനും കക്ഷത്തിൽ ഇറുക്കിവെച്ചിരിക്കുന്ന ബാഗും പ്രാണൻ പോയാലും വീഴാതെ നോക്കണം.

ബെല്ല് എന്നത് കണ്ടക്ടറുടെ വജ്രായുധമാണ്. ഡ്രൈവർക്കും കണ്ടക്ടർക്കുമിടയിലെ ആശയവിനിമയത്തിന്റെ മുഖ്യ ചരട്. ഓടുന്ന വണ്ടിയെ നിർത്താൻ, നിൽക്കുന്ന വണ്ടിയെ ചലിപ്പിക്കാൻ, വണ്ടിയുടെ ഗതിവേഗം കൂട്ടാൻ, എമർജൻസി സാഹചര്യങ്ങൾ അറിയിക്കാൻ, ഇതര സൂചനകൾ നൽകാൻ... എല്ലാം മണി പ്രയോഗിക്കുന്നു. മണിയിൽ തൊട്ടുകളിക്കാൻ യാത്രികരെ അനുവദിക്കരുത്. മണി യഥാർത്ഥ ആയുധമാക്കി ഉപയോഗിക്കേണ്ടത് ബസ്സിൽ ഒരു പ്രശ്നമുണ്ടാകുമ്പോഴാണ് എന്ന് സാജിദ് എന്നെ ബോധ്യപ്പെടുത്തി. ഹിതകരമല്ലാത്ത എന്തെങ്കിലും സാഹചര്യങ്ങളുണ്ടായാൽ ഉടൻ ബെല്ലടിച്ച് ബസ് നിർത്തുക. ബസ്സിന്റെ ചലനം നിൽക്കുമ്പോൾ യാത്രക്കാർ അസ്വസ്ഥരാകും. പ്രശ്നം പരിഹരിക്കാനും യാത്ര തുടരാനുമാവും ഏവർക്കും താത്പര്യം. അങ്ങനെ എല്ലാവരും ന്യായമായ കാര്യത്തിനായി നമ്മുടെ കൂടെ നിൽക്കും.

പിറ്റെന്നാൾ നാട്ടുകാരനും സീനിയറുമായ രാധാകൃഷ്ണൻ മാഷിന്റെ കൂടെയായിരുന്നു പരിശീലനം. അല്പം സബ്മിസീവായി നിൽക്കുക. അതായിരുന്നു മാഷിന്റെ പ്രധാനപ്പെട്ട ഉപദേശം. നമ്മുടെ പൊടി അഹങ്കാരവും അഹംഭാവവും ഒക്കെ ജോലിക്കുപ്പായത്തിനകത്ത് കയറുമ്പോൾ മാറ്റിവെക്കുക. ജോലി സമയത്ത് ഒരു പടി താഴ്ന്നുതന്നെ നിൽക്കുക. അത് നമുക്കും സ്ഥാപനത്തിനും നന്മ മാത്രമേ വരുത്തൂ. നിരന്തരം പലതരക്കാരുമായി ഇടപെട്ടുകൊണ്ടേയിരിക്കുന്ന ഒരു ജോലിയായതിനാൽ അദ്ദേഹത്തിന്റെ ഉപദേശം വളരെ പ്രധാനപ്പെട്ടതുമായിരുന്നു.

ഏതായാലും പിൽകാലത്ത് ചോര തിളപ്പിക്കുന്നതും ആത്മാഭിമാനത്തെ മുറിപ്പെടുത്തുന്നതുമായ പല അനുഭവങ്ങളുമുണ്ടായപ്പോഴും സമചിത്തതയോടെ കാര്യങ്ങൾ കൈകാര്യം ചെയ്യാൻ ഇരുവരുടേയുമുപദേശങ്ങൾ എന്നെ കലവറയില്ലാതെ സഹായിച്ചു എന്ന് ആദ്യമേ തന്നെ കുറിക്കട്ടെ.

രണ്ട് ദിവസങ്ങൾ കൂടി തുടർന്നു പ്രാക്ടിക്കൽ പരിശീലനം. കോൺഗ്രസ് അനുകൂല യൂണിയൻ നേതാവു കൂടിയായ ജോസ് സാർ, ബത്തേരി-കരിപ്പൂർ റൂട്ടിൽ പോകുന്ന ശരവണൻ തുടങ്ങിയവരുടേയും കൂടെ പരിശീലനം നേടിയതോടെ ഞാനും ഒരു കണ്ടക്ടറായി പരുവപ്പെട്ടു കഴിഞ്ഞു എന്ന ആത്മവിശ്വാസം എന്നെ ഗ്രസിച്ചു.

എന്തുകൊണ്ട് ഒരു കണ്ടക്ടറും ചിരിക്കുന്നില്ല?

ചിരിച്ച മുഖമുള്ള ഒരു കണ്ടക്ടറേയും ഞാൻ ഇന്നേവരെ കണ്ടിട്ടില്ല! നിങ്ങളോ?

ദീർഘകാലമായി ബസ്സിൽ യാത്ര ചെയ്യുന്നവനാണ് ഞാൻ. കെ.എസ്.ആർ.ടി.സിക്കാരനാവുന്നതിനും മുമ്പ്തന്നെ. തീവണ്ടിയില്ലാത്ത വയനാടിനകത്തും ഇന്നാട്ടിൽ നിന്ന് ഇതരഭാഗങ്ങളിലേക്കും യാത്ര ചെയ്യാനുള്ള മുഖ്യോപാധി അന്നും ഇന്നും കെ.എസ്.ആർ.ടി.സി. തന്നെ.

പക്ഷേ ഈ യാത്രകൾക്കിടയിലൊരിക്കലും ഞാൻ കണ്ടിട്ടില്ല മുഖത്ത് ചിരിയുമായി ജോലി ചെയ്യുന്ന ഒരു കണ്ടക്ടറേയും. മിക്കവരുടേയും മുഖത്ത് സംഘർഷവും ഗൗരവവും വിഷാദവുമൊക്കെച്ചേർന്ന ഭാവങ്ങളാണ് കണ്ടിട്ടിട്ടുള്ളത്. എന്തുകൊണ്ടായിരിക്കും അത്? ജോലിഭാരം...? അതോ സർക്കാർ ജീവനക്കാർക്ക് സ്ഥായിയായ അധികാരഗർവ്വോ?

എന്റെ ദീർഘകാല സംശയത്തിന് ആദ്യമായി ഡ്യൂട്ടിക്ക് പോയ ദിവസം തന്നെ ഉത്തരം കിട്ടാൻ തുടങ്ങിയിരുന്നു. ഉള്ളിൽ നിറയുന്ന, നിലനിൽക്കുന്ന ആധി തന്നെയാണ് ഇതിന് മുഖ്യകാരണം. വല്ലാത്ത ഒരാന്തലോടെ, സംഘർഷത്തോടെയാണ് ഓരോ കണ്ടക്ടറും ജോലിക്കായി വീട്ടിൽ നിന്നിറങ്ങുന്നത്. ഡ്രൈവറുമതേ.

8:10 കോഴിക്കോട് എന്ന ആദ്യ ജോലിദിനം മുതൽ രാജിവെച്ച് പോരും വരെ എന്നും ഞാനുമത് അനുഭവിച്ചു. എന്തെല്ലാം ഭയങ്ങളാണെന്നോ നമ്മളെയന്നേരം മുതൽ ഭരിക്കാൻ തുടങ്ങുക. ബസ് അപകടത്തിൽ പെടാം. തനിക്കോ യാത്രികർക്കോ അപകടം പിണയാം. മരണം തന്നെ സംഭവിക്കാം. യാത്രയ്ക്കിടയിൽ ബസ് എപ്പോൾ വേണമെങ്കിലും കേടുപാടുകൾ സംഭവിച്ച് അനിശ്ചിതത്വത്തിൽപ്പെടാം. അനന്തമായി കാത്തുകിടക്കേണ്ടി വരാം.

യാത്രികരായെത്തുന്ന പലതരക്കാരായ മനുഷ്യരുമായുള്ള ഇടപാടുകളിൽ നിന്ന് എപ്പോൾ വേണമെങ്കിലും അപമാനിക്കപ്പെടാം, മുറിവേൽക്കാം.

ഡബിൾ ബെൽ

ബസ്സിൽ പോക്കറ്റടിയോ പീഡനമോ നടന്ന് പൊലീസ് സ്റ്റേഷനിൽ കയറേണ്ടി വരാം. യാത്രയ്ക്കിടെ രോഗിയാകുന്ന ഒരാളുടെ ചുമതലക്കാരനായി ആശുപത്രിയിൽ കയറേണ്ടി വരാം. ജനനം മുതൽ മരണം വരെ എന്തും ബസ്സിൽ വെച്ച് സംഭവിക്കാം.

ഡ്രൈവർ പൊടുന്നനെ ബ്രേക്കിട്ടാൽ നിലതെറ്റി വീണ് ചുണ്ടും മൂക്കും മുറിയാം.

ചെക്കിംഗ് ഇൻസ്പെക്ടർ ഏത് വളവിലും തിരിവിലും വെച്ച് കൈ കാണിച്ചു കയറാം, ഒരു നിസ്സാര പിശകുപോലും കണ്ടെത്തി റിപ്പോർട്ട് ചെയ്ത് നിങ്ങൾക്ക് സസ്പെൻഷനോ ഇതര ശിക്ഷാനടപടികളോ വാങ്ങിത്തരാം.

ബസ് നേരം വൈകിയതിന് യാത്രക്കാരുടെ ചീത്ത കേൾക്കാം. ഇടയ്ക്ക് ടിക്കറ്റ് മെഷീൻ കേടുവന്ന് പ്രതിസന്ധിയിലാവാം. ചില്ലറ തികയാതെ കശപിശയുടെ പേരിൽ വീട്ടിലിരിക്കുന്നവർക്കുപോലും ഭർത്സനമേൽക്കാം.

ഒട്ടുമിക്കപ്പോഴും സമയത്ത് ജോലിയവസാനിപ്പിക്കാനാവാത്ത അനിശ്ചിതത്വം ഉണ്ടാവാം. എല്ലാം കഴിഞ്ഞ് ക്യാഷടയ്ക്കാൻ നേരത്ത് ബാഗിൽ തുക തികയാതെ പേഴ്സിൽ നിന്നടച്ച് സ്വയം ശപിക്കേണ്ടി വരാം.

ഇനി ജോലിയവസാനിപ്പിച്ച് വീട്ടിൽ പോയാലും സ്വസ്ഥമായെന്ന് കരുതരുത്, ഒരു വെള്ളത്തുണ്ടുകടലാസിൽ നൽകുന്ന ഒരു പരാതിയുടെ അടിസ്ഥാനത്തിൽ ഒരു ‘സമ്മാനം’ പിന്നീടെന്നെങ്കിലും നിങ്ങളെ തേടി വരാം. അത് സ്ഥലം മാറ്റമോ, സസ്പെൻഷനോ ഡിസ്മിസ്സലോ പോലുമാവാം!

ഇതൊക്കെയും ആവാം/വരാം/സംഭവിക്കാം എന്നൊക്കെയേ ഉള്ളൂ എന്ന് നമുക്ക് തത്ത്വത്തിൽ നിസ്സാരമാക്കാം. പക്ഷേ യഥാർത്ഥത്തിൽ ഇതത്രയും പ്രതീക്ഷിച്ചുകൊണ്ടാണ് ഓരോ കണ്ടക്ടറും ജോലിയെടുക്കുന്നത്. അല്ല ഇതിലൊട്ടുമിക്കതും ഇതിലുമപ്പുറവും ഓരോരുത്തരുടേയും ജോലിജീവിതത്തിൽ സംഭവിച്ചുകൊണ്ടിരിക്കുന്നതാണ് (ഇപ്പറഞ്ഞവയിൽ എൺപതുശതമാനവും അതിനപ്പുറവും ഞാൻ തന്നെ അനുഭവിച്ചിട്ടുമുണ്ട്)

അപ്പോൾ 10-16 മണിക്കൂർ, ചിലപ്പോൾ അതിന്റെ പലമടങ്ങും നീളുന്ന ജോലിക്രമത്തിനിടെ ഇതൊക്കെ എപ്പോഴും കടന്ന് വന്നേക്കാമെന്ന സംഘർഷത്തിനിടെ ഒരു കണ്ടക്ടർക്കോ ഡ്രൈവർക്കോ ചിരിക്കാനായില്ലെങ്കിൽ അവരെ കുറ്റപ്പെടുത്താൻ ഞാൻ ആളല്ല.

പിന്നീട് ആലോചിച്ചു നോക്കിയപ്പോൾ എനിക്ക് തോന്നിയ ഒരു കാര്യമാണ്, പി.എസ്.സി. നടത്തുന്ന ഒരു പരീക്ഷ കടന്ന് കയറിയശേഷം ഇത്രയേറെ സംഘർഷമനുഭവിക്കുകയും പ്രയാസപ്പെടുകയും ചെയ്യേണ്ട വേറെ ഏതെങ്കിലും ജോലി സംസ്ഥാനത്തുണ്ടോ? സംശയമാണ്.

ഇങ്ങനെയൊക്കെ പാടുപെട്ടാലും ശമ്പളം സമയത്ത് കിട്ടും എന്ന കാര്യത്തിൽ വല്ല തീർപ്പും തീർച്ചയുമുണ്ടോ? അതൊട്ടില്ലതാനും.

'ജീവനക്കാരാണ് ഈ സ്ഥാപനത്തെ നശിപ്പിച്ചത്. ഒറ്റയൊരുത്തനും ജോലിയേ ചെയ്യില്ല. വെറുതേ സംഘടനാ പ്രവർത്തനം നടത്തി കറങ്ങി നടക്കും."

കെ.എസ്.ആർ.ടി.സിയിലെ ജീവനക്കാരെക്കുറിച്ച് ഇങ്ങനെയൊരാക്ഷേപപ്പറച്ചിൽ നിലവിലുണ്ട്. വെറും വെറുതെയുള്ള ഒരു പറച്ചിലാണത്. (കുറച്ച്പേർ, തീരെ കുറച്ച് പേർ, അങ്ങനെയുണ്ട് എന്നത് കാണാതിരിക്കുന്നില്ല) വേറേതു വകുപ്പിലോ ജോലിയിലോ ആവട്ടെ, ക്ലർക്കോ ടീച്ചറോ ശിപായിയോ ആരുമാവട്ടെ ഉഴപ്പാം, ജോലി ചെയ്യാതെ ശമ്പളം ഒപ്പിച്ചെടുക്കാം. പക്ഷേ കെ.എസ്.ആർ.ടി.സിയിൽ അതു നടപ്പില്ല എന്ന് അതിനകത്തുള്ള എല്ലാവർക്കുമറിയാം.

26 ഡ്യൂട്ടി തികയണം ഡ്രൈവർക്കും കണ്ടക്ടർക്കുമെല്ലാം ഒരു മാസത്തെ ശമ്പളം കിട്ടാൻ. അതിൽ കുറഞ്ഞാൽ ശമ്പളത്തിനും കുറവ് വരും. എന്നാൽ ജോലിക്കു വന്നാൽ വെറുതെയിരിക്കാനൊക്കുമോ? ഇല്ല. ആൾ കയറിയാലും ഇല്ലെങ്കിലും ഡ്രൈവർ ബസ്സോടിക്കണം, കണ്ടക്ടർ ബസ്സിൽ ഉണ്ടായിരിക്കുകയും വേണം. ബസ്സിന്റേയും യാത്രികരുടേയും ഉത്തരവാദിത്വം പേറി അവർ ചലിച്ചുകൊണ്ടേയിരിക്കണം. മെക്കാനിക്കുമാർക്കുമുണ്ട് ഓരോ ദിവസവും നിശ്ചിത ക്വാണ്ടിറ്റി ജോലികൾ ചെയ്തു തീർക്കാൻ. ഒരിക്കലും പുറത്തുവരാതെ അവരെപ്പോഴും ഗ്യാരേജിനുൾഭാഗത്തും ബസ്സിനടിവശത്തുമൊക്കെയായിരിക്കും.

കണ്ടക്ടർ മുതിർന്ന് സ്റ്റേഷൻമാസ്റ്ററാവുന്നയാളുടെ കാര്യമെടുത്താലോ. ഒരു ഡിപ്പോയിൽ നിന്ന് ഓപ്പറേറ്റ് ചെയ്യുന്ന ബസ്സുകളുടെ കാര്യത്തിൽ എപ്പോഴും 'ആൻസറബിളാ'ണ് അവർ. ട്രിപ്പ് മുടങ്ങിയാൽ, വൈകിയാൽ, ബസ് വഴിയിൽ തകരാറായാൽ... എപ്പോഴും ശബ്ദിച്ചുകൊണ്ടിരിക്കുന്ന ആ ഫോണിന്റെ റിസീവർ താഴെ വെക്കാൻ പോലും പലപ്പോഴുമവർക്ക് കഴിയാറില്ല.

ഇനി സ്റ്റേഷൻമാസ്റ്ററുടെ പ്രൊമോഷൻ പോസ്റ്റായ ചെക്കിംഗ് ഇൻസ്പെക്ടറുടെ കാര്യമെടുത്തോളൂ. നിശ്ചിത എണ്ണം ബസ്സുകൾ ഒരോ ദിവസവും കയറി പരിശോധിച്ച് റിപ്പോർട്ട് നൽകിയാലേ അവരുടെ ഒരു ദിവസത്തെ ജോലി പൂർത്തിയാവുകയുള്ളൂ.

കെ.എസ്.ആർ.ടി.സിയിൽ ക്ലറിക്കൽ, മിനിസ്റ്റീരിയൽ ജോലി ചെയ്യുന്നവർക്കു കാര്യങ്ങൾ സുഗമമാണ് എന്ന് കരുതരുത്. ഇത്രയേറെ സംഘർഷങ്ങളും സമ്മർദ്ദങ്ങളും അനുഭവിച്ച് വരുന്ന മനുഷ്യരുടെ ശമ്പളവും സേവന-വേതന വ്യവസ്ഥകളുമായി ബന്ധപ്പെട്ട കടലാസുപണികളാണ് അവർ നീക്കുന്നത്. ആ സമ്മർദ്ദം അവരുടെ മേലുമുണ്ട് എന്ന് ചുരുക്കം.

ഇനി യൂണിയൻ പ്രവർത്തനം നടത്തുന്നവരെപ്പറ്റി. ശരിയാണ് ട്രേഡ് യൂണിയൻ സ്വാധീനം കുറച്ചേറെയുള്ള മേഖല തന്നെയാണ് കെ.എസ്. ആർ.ടി.സി. അങ്ങനെയൊരു പിൻബലമില്ലാതെയൊരു നിൽപ്പ് അസാധ്യമാണവിടെ.

പക്ഷേ, പുറമേക്ക് പ്രചരിക്കുന്നതുപോലെ ജോലിക്കിടയിൽ ഉഴപ്പി സംഘടനാപ്രവർത്തനം നടത്തുന്നവരൊന്നുമല്ല അവർ. ഒരു ദിവസം വിശ്രമമില്ലാതെ 14-16 മണിക്കൂർ, ചിലപ്പോൾ 24ഉം 32ഉം മണിക്കൂറുകൾ ജോലി ചെയ്ത് തികച്ചും അർഹതയുള്ള ഡ്യൂട്ടി ഓഫ് ദിവസമാണ് അവർ യൂണിയൻ പ്രവർത്തനത്തിന് വിനിയോഗിക്കുന്നത്. അതുമല്ലെങ്കിൽ ലീവോ ശമ്പളം കിട്ടാത്ത അവധിയോ എടുത്ത്.

സത്യത്തിൽ ഇതരതൊഴിൽ മേഖലകളിൽ സംഘടനാപ്രവർത്തനം നടത്തുന്നവർ കെ.എസ്.ആർ.ടി.സിയിലെ സംഘടനാനേതാക്കളേയും പ്രവർത്തകരേയും മാതൃകയാക്കുകയാണ് വേണ്ടത്.

കെ.എസ്.ആർ.ടി.സിയിലെ ശിക്ഷാനടപടികളെപ്പറ്റിക്കൂടി പറഞ്ഞല്ലാതെ ഈ ഭാഗം അവസാനിപ്പിക്കാനാവില്ല.

ഇതര വകുപ്പുകളിൽ അഴിമതിക്കേസിലും പീഡനമുൾപ്പടെയുള്ള ഗുരുതര ക്രൈമുകളിലുമൊക്കെ ഉൾപ്പെടുന്ന ഉദ്യോഗസ്ഥർ പോലും ഏറെ ക്കാലം ഒരു വെല്ലുവിളിയുമില്ലാതെ സർവ്വീസിൽ തുടരുന്നത് നാം കാണാറുണ്ട്. കൂടിയാൽ ഒരു സ്ഥലംമാറ്റം, സസ്പെൻഷൻ... തീർന്നു, സർവ്വീസിൽ നിന്ന് നീക്കംചെയ്യലൊക്കെ അത്യപൂർവ്വമായി മാത്രമാണ്.

കെ.എസ്.ആർ.ടി.സിയിലേക്ക് വരുമ്പോൾ പക്ഷേ ഇങ്ങനെയൊന്നുമല്ല കാര്യങ്ങൾ.

'ഒരു പണികിട്ടാൻ എളുപ്പമല്ല. പക്ഷേ കിട്ടിയ പണി പോയിക്കിട്ടാൻ എളുപ്പമാണ്' എന്ന ഒരു പറച്ചിൽ കെ.എസ്.ആർ.ടി.സിയിൽ ഉണ്ട്. അക്ഷരാർത്ഥത്തിൽ 'പണി' എന്ന വാക്ക് നെഗറ്റീവ് അർത്ഥത്തിൽ നമ്മെ തേടിവരുന്ന ഇടമാണത്.

നിങ്ങളുടെ തൊട്ടുമുകളിലെ ഉദ്യോഗസ്ഥന് നിങ്ങളെ ശിക്ഷിക്കാൻ എന്തെല്ലാം കാരണങ്ങളുണ്ടെന്നോ... ഉദാഹരണത്തിന് നമുക്ക് കണ്ടക്ടറുടെ കാര്യം തന്നെയെടുക്കാം.

ബസ്സിന്റെ ഷട്ടർ ക്ലിപ്പുകൾ രണ്ടും ഇടാതിരിക്കൽ, സ്റ്റേജിന് മുമ്പേ ടിക്കറ്റ് കൊടുക്കാതിരിക്കൽ, നിശ്ചിത സമയത്തിനും മുമ്പേ ബസ് എത്തൽ, ബാഗിലെ ബാലൻസ് അധികമാവൽ, യൂണിഫോമിന്റെ കളർ വ്യത്യാസമായിരിക്കൽ, ടിക്കറ്റിംഗ് മെഷീൻ കയ്യിൽ പിടിക്കൽ, സ്റ്റോപ്പിൽ നിന്ന് അൽപം മാറ്റി നിർത്തൽ, ബാക്കിലെ ഡെസ്റ്റിനേഷൻ ബോർഡ് മാറ്റാതിരിക്കൽ തുടങ്ങി ചെറുതും വലുതുമായ ഏത് കുറ്റത്തിനും നിങ്ങൾ ശിക്ഷിക്കപ്പെടാം.

വെള്ളക്കടലാസിലൊരു പരാതി തക്കതായ കാരണമൊന്നുമില്ലാതെ ആരെങ്കിലും കൊടുത്താൽ മതി അതിന് പിന്നാലെ ചുറ്റിക്കറങ്ങേണ്ടത് ആഴ്ചകളോളമാവും.

എന്തിന് വണ്ടിനമ്പറും സമയവും ചേർത്ത് ഒരു അനോണിമസ് ഫോൺ വിളി മതി, ഒരന്വേഷണം നിങ്ങളുടെ പിറകേ വരും.

അപ്പോൾ പറഞ്ഞ് വരുന്നത് ഇതാണ്. ഇത്തരം ആന്തരികവും ബാഹ്യവുമായ അസംഖ്യം സംഘർഷങ്ങളും അനിശ്ചിതത്വങ്ങളും പേറിയും പ്രതീക്ഷിച്ചുമാണ് കെ.എസ്.ആർ.ടി.സിയിലെ ജോലിയുടെ ഓരോ നിമിഷവും. അപ്പോൾ പിന്നെ ഒരു കണ്ടക്ടർ ചിരിക്കാതിരിക്കുന്നതിൽ അതിശയമേതുമില്ല. മുഖത്തൊരു കൃത്രിമച്ചിരിയെങ്കിലും സൂക്ഷിക്കാൻ എനിക്കായിരുന്നോ ആവോ!

ദുരിതപർവ്വമായ ഒരു ബംഗ്ലൂരു യാത്ര

വിചിത്രവും വൈവിധ്യങ്ങൾ നിറഞ്ഞതുമായ അനുഭവങ്ങളാൽ സമ്പന്നമാണ് ഒരു കണ്ടക്ടറുടെ ജോലി ജീവിതം. ഓരോ മണിക്കൂറിലും എന്തെങ്കിലും പുതിയത് ഉണ്ടായിക്കൊണ്ടിരിക്കും.

പട്ടാളക്കാർക്ക് പറയാനുള്ളതുപോലെ അനുഭവങ്ങൾ, സർവ്വീസ് വിശേഷങ്ങൾ. പക്ഷേ അത്രമാത്രം സാഹസികതകൾ ഉൾച്ചേർന്നിരിക്കില്ല എന്ന് മാത്രം. നല്ലതും ചീത്തയുമായ അനുഭവങ്ങളുണ്ടാവും അക്കൂട്ടത്തിൽ. ചിരിക്കാനും ചിന്തിക്കാനും അവസരം നൽകുന്നതും ആത്മാഭിമാനത്തെ വെല്ലുവിളിക്കുന്നതും ആയ അനുഭവങ്ങൾ.

ഇക്കൂട്ടത്തിൽ ആദ്യം ഓർമ്മ വരുന്നത് ആദ്യാവസാനം ദിരിതങ്ങൾ സമ്മാനിച്ച ഒരു സുൽത്താൻ ബത്തേരി-കോഴിക്കോട്-മാനന്തവാടി-ബാംഗ്ലൂർ-സുൽത്താൻ ബത്തേരി ഡ്യൂട്ടിയാണ്. 13:45 കോഴിക്കോട് സൂപ്പർ എക്സ്പ്രസ് എന്ന പേരിൽ അറിയപ്പെടുന്ന സർവ്വീസ്. സത്യത്തിൽ അതെന്റെ ഷെഡ്യൂളൊന്നുമായിരുന്നില്ല. കുറേ ഫോറിനേഴ്സിന്റെ റിസർവേഷനുണ്ട് എന്ന് പറഞ്ഞ് സ്ഥിരം കണ്ടക്ടർ മാറിയപ്പോൾ അന്ന് രാത്രി 7:30ന് കോട്ടയത്തിന് ഡ്യൂട്ടി പോവേണ്ട എന്നെ ഒരു കല്യാണ വീട്ടിൽ നിന്ന് ഫോൺ ചെയ്ത് വിളിച്ച് വരുത്തി ധൃതിയിൽ കയറ്റിവിടുകയായിരുന്നു.

ട്രിപ്പിന്റെ ആദ്യത്തെ 10% ദൂരം പിന്നിടുന്നതിന് മുമ്പേ തുടങ്ങി കുഴപ്പങ്ങൾ. ഡ്രൈവറും മീൻ വാങ്ങാൻ അങ്ങാടിയിലേക്കിറങ്ങിയ ഒരാളും തമ്മിലുള്ള ഊക്കൻ വഴക്കോടെയാണ് തുടക്കം. സൂപ്പർ എക്സ്പ്രസ്സിന് പോയിട്ട് ടൗൺ ടു ടൗണിനു പോലും സ്റ്റോപ്പില്ലാത്ത ഒരിടത്ത് ഇറങ്ങണമെന്നായിരുന്നു യാത്രികന്റെ ആവശ്യം. എക്സ്പ്രസ്സിന്റെ മിനിമം ചാർജ്ജ് ഞാൻ മുറിച്ച് നൽകിയപ്പോൾ അത് ആൾക്കിറങ്ങേണ്ട സ്റ്റോപ്പിലേക്കുള്ള സാധാരണ തുകയുടെ ഇരട്ടിയിലേറെയായിരുന്നു. അക്കാര്യം പറഞ്ഞ്

അയാൾ എന്നോട് കുറേ വഴക്കിട്ടു. എനിക്ക് ടിക്കറ്റ് ചാർജ്ജ് നിർണ്ണയിക്കാനും പുനർനിർണ്ണയിക്കാനും അധികാരമില്ലെന്നും അതൊക്കെ സർക്കാർ ചെയ്തുകഴിഞ്ഞതാണെന്നും പറഞ്ഞ് ഞാൻ സീറ്റിലിരുന്നു. സ്റ്റോപ്പില്ലാസ്റ്റോപ്പിൽ ബസ് നിർത്തണമെന്ന് പറഞ്ഞ് ഡ്രൈവറോടായി അടുത്ത കലഹം.

ഒരു സ്റ്റോപ്പ് വിട്ടാൽ അടുത്തതിലെത്താൻ 10ഉം 20ഉം കിലോമീറ്റർ കഴിയണ്ട സൂപ്പർക്ലാസ് സർവ്വീസായതിനാൽ സ്റ്റോപ്പില്ലാത്തിടത്ത് നിർത്താൻ ഡ്രൈവർ മടിച്ചു.

താൻ കേന്ദ്രം ഭരിക്കുന്ന പാർട്ടിയുടെ ആളാണെന്നും നീയൊക്കെ അനുഭവിക്കുമെന്നും യാത്രികൻ ഭീഷണിമുഴക്കിയപ്പോൾ കെ.എസ്. ആർ.ടി.സി. കേന്ദ്രത്തിന്റേതല്ല, കേരളത്തിന്റേതാണെന്ന് ഡ്രൈവർ തിരിച്ചടിച്ചു. ഏതായാലും കേന്ദ്രത്തെ ബഹുമാനിച്ചിട്ടോ എന്തോ സ്റ്റോപ്പിൽ നിന്നൽപം മുന്നോട്ട് കേറ്റി ഡ്രൈവർ ബസ് നിർത്തി. ഞങ്ങളേയും കെ.എസ്.ആർ.ടി.സിയേയും ഓരോ റൗണ്ട് കൂടി ചീത്ത വിളിച്ചിട്ട് അയാളിറങ്ങിപ്പോയി.

അതോടെ ബസ്സിലിരുന്ന യാത്രക്കാരിൽ ചിലർ തുടങ്ങി: കണ്ട കമുകിനും തെങ്ങിനും ചോട്ടിലുമൊക്കെ നിർത്തിക്കൊടുക്കാനല്ല ഞങ്ങൾ സൂപ്പർ എക്സ്പ്രസ്സിൽ അധികച്ചാർജ് തന്നു കയറുന്നത്. ഇനി ഞങ്ങള് പറയുന്നിടത്തൊക്കെ നിങ്ങള് നിർത്തിത്തരേണ്ടി വരും!

മുകളിലോട്ടുഴിഞ്ഞാലും താഴോട്ടുഴിഞ്ഞാലും കയ്യിൽ തറക്കുന്ന കൈതമുള്ളാണല്ലോ ഇത് എന്ന വിചാരത്തിൽ ഞാനും ഡ്രൈവറും ചീത്തവിളിയൊക്കെ നിശ്ശബ്ദം സഹിച്ച് മുമ്പിലെ റോഡിൽ കണ്ണുറപ്പിച്ച് ഒന്നും മിണ്ടാതെ ഇരുന്നു.

എല്ലാം തെല്ലൊന്ന് അടങ്ങി എന്ന് തോന്നിയപ്പോഴുണ്ട് ദാ, വരുന്നു രണ്ട് ചെക്കിംഗ് ഇൻസ്പെക്ടർമാർ. വൈത്തിരിക്കും ലക്കിടിക്കും ഇടയ്ക്കൊരിടത്തുനിന്ന് കൈ കാണിച്ചു കയറുകയായിരുന്നു അവർ. എപ്പോഴത്തേയും പോലെ ഒരു അപ്രതീക്ഷിത കയറ്റം. ബസ്സിലുള്ളവരുടെ ടിക്കറ്റ് മുഴുവൻ പരിശോധിച്ച് ചിപ്പിലിത്തോടിലോ മറ്റോ ഇറങ്ങുന്നതിന് മുമ്പ് അവർ 'വേ ബില്ലി'ൽ ഒരു നോട്ട് എഴുതിയിടാൻ മറന്നില്ല. കണ്ടക്ടർക്കെതിരായ ഒരാക്ഷേപം. കണ്ടക്ടർ ടിക്കറ്റിംഗ് മെഷീൻ കഴുത്തിൽ തൂക്കുകയല്ല ചെയ്തിരുന്നത് കയ്യിൽ പിടിച്ചിരിക്കുകയായിരുന്നു. ഇതിന് പിഴയീടാക്കേണ്ടതാണ്.

ഒരു കിലോയ്ക്കടുത്ത് തൂക്കം വരുന്ന ടിക്കറ്റിംഗ് മെഷീൻ കഴുത്തിലണിഞ്ഞിരിക്കുന്നത് ദീർഘനേരത്തേക്ക് വേദനാജനകമാണെന്നും ഞാൻ ടിക്കറ്റ് നൽകി തീർന്നിരുന്നു എന്നും മറ്റുമുള്ള എന്റെ വാദങ്ങളൊന്നും വിലപ്പോയില്ല. ചാർജ് ചാർജുതന്നെ!

ഫൈൻ വരുമ്പോൾ നമുക്കൊരു മെഡിക്കൽ സർട്ടിഫിക്കറ്റ് ഹാജരാക്കാം. നിങ്ങള് കൂളായിട്ടിരിക്ക് എന്ന് ഡ്രൈവർ എന്നെ സമാധാനിപ്പിച്ചു.

കോഴിക്കോട് നിന്ന് ഞങ്ങൾ 5:45ഓടെ മടങ്ങി. തിരികെ ചുരം കയറുമ്പോഴാണ് അടുത്ത സമ്മാനം. അര മണിക്കൂർ മുമ്പേ ബാംഗ്ലൂരിന് പോയ കോഴിക്കാട് ഡിപ്പോയിൽ നിന്നുള്ള ബസ് ബ്രേക്ക് ഡൗണായിരിക്കുന്നു. അതിലെ കണ്ടക്ടർ ബ്രേക്ക്ഡൗൺ ചിറ്റുമായി കാത്തുനിൽക്കുന്നു. ആ ബസ്സിലെ ആളുകളെ മുഴുവൻ ഞങ്ങളുടെ ബസ്സിൽ കയറ്റി. കുറച്ച് പേർക്ക് മാത്രം സീറ്റുണ്ട്. ബാക്കിയുള്ളവർക്ക് നിൽപ് ശരണം.

'ഏതോ ഒരവലക്ഷണം പിടിച്ചവൻ കയറീട്ടുണ്ട്. അതാണ് ഈ എടങ്ങേറൊക്കെ' എന്ന് ഡ്രൈവർ ഒരാത്മഗതം പോലെ പറഞ്ഞു. എന്നിട്ട് അങ്ങേരെന്നെ ഒന്നു പാളിനോക്കിയോ! സംശയം. പരാതി ഡ്രൈവർക്ക് മാത്രമായിരുന്നില്ല. നിലവിൽ ബസ്സിലുണ്ടായിരുന്നവരും പിന്നീട് വന്ന് കയറിയവരും ഒന്നും ഹാപ്പിയായിരുന്നില്ല. വന്ന് കയറിയവർക്ക് ഇരിപ്പിടം കിട്ടാത്തതിന്റെ പ്രശ്നം. ഇരിക്കുന്നവർക്ക് ഉള്ള തിരക്ക് ഇരട്ടിയായതിന്റെ അസ്വസ്ഥത. ഏതായാലും ഡബിൾ ലോഡിൽ പതുങ്ങിയും കിതച്ചും ചുരം കയറി എക്സ്പ്രസ് മുമ്പോട്ട് നീങ്ങി.

അടുത്ത കുഴപ്പം, കുഴപ്പ പരമ്പരയിൽ ഏറ്റവും ദുർഘടം പിടിച്ചത്, സംഭവിച്ചത് പിന്നീടാണ്. വയനാട്ടിലെ പനമരത്തിനും മാനന്തവാടിക്കും ഇടയ്ക്ക് വെച്ച് ബസ്സും ഒരു കാറും കൂട്ടിയിടിച്ചു. ഘോരമായ ഒരിടി. മുൻസീറ്റിലിരുന്ന് ഞാൻ അത് കാണുന്നുണ്ടായിരുന്നു. മുമ്പിൽ വളവുകളൊന്നുമില്ലാത്ത ഭാഗമായിരുന്നു. കാറ് റോഡളന്ന് വളഞ്ഞ് പുളഞ്ഞൊരു വരവായിരുന്നു. ഒട്ടുമുക്കാലും റോംഗ്സൈഡ് വഴി. നിയന്ത്രണം വിട്ട മാതിരി. പന്തികേട് മുൻകൂട്ടികണ്ടാവണം ബസ്സിന്റെ ഡ്രൈവർ പെട്ടെന്ന് ബ്രേക്കിട്ട് ബസ് നിർത്തിയിരുന്നു. എന്നിട്ടും രക്ഷയുണ്ടായില്ല. കാർ ബസ്സിന്റെ മുൻഭാഗത്ത് വന്ന് ആഞ്ഞിടിക്കുകതന്നെ ചെയ്തു.

ആദ്യത്തെ അന്ധാളിപ്പ് കുടഞ്ഞ് കളഞ്ഞ് ഞങ്ങൾ പുറത്തേക്കിറങ്ങി. കുറേ നാട്ടുകാരും ഓടിക്കൂടി. കാറിന്റെ മുൻഭാഗം പൂർണ്ണമായും ബസ്സിന്റെ അടിയിലേക്ക് കയറിപ്പോയിട്ടുണ്ട്. ബസ് പിന്നാക്കം മാറ്റി കാർ പുറത്തെടുത്തു. ഡ്രൈവറും വേറൊരാളുമാണ് കാറിന്റെ മുൻസീറ്റിലുണ്ടായിരുന്നത് (പിറകിലെ സീറ്റിൽ ആളുണ്ടായിരുന്നോ? ഓർമ്മിക്കുന്നില്ല) രണ്ട് പേർക്കും അനക്കമില്ല.

ഞെരുങ്ങി അമർന്ന് പോയ മുൻഡോറുകൾ കഷ്ടിച്ച് തുറന്ന് ആളുകളെ പുറത്തെടുത്തു. ദേഹത്ത് ചോരപ്പാടുകളോ മുറിവോ

പ്രത്യക്ഷത്തിൽ പരിക്കുകളോ ഒന്നുമില്ല. എങ്കിലും രണ്ടുപേർക്കും നിലത്ത് ശരിക്ക് നിൽക്കാനാവുന്നില്ല. മദ്യത്തിന്റെ രൂക്ഷഗന്ധം. കാലുറക്കാത്തത് അപകടം കൊണ്ടല്ല, അകത്തായിക്കഴിഞ്ഞ മദ്യത്തിന്റെ ദുഃസ്വാധീനം കൊണ്ടാണ്.

“ഞങ്ങൾക്കൊന്നും പറ്റീല്ല... ഒക്കെ... ഓക്കെയാ” എന്നും മറ്റും മുൻ സീറ്റിൽ കൂടെയിരുന്നയാൾ കുഴഞ്ഞ നാക്കുകൊണ്ട് പറഞ്ഞൊപ്പിക്കാൻ ശ്രമിക്കുന്നുണ്ടായിരുന്നു. ഡ്രൈവറുടെ തല താഴ്ന്ന് കഴുത്തോടൊട്ടിക്കിടക്കുകയാണ്. ആൾ ഒന്നും അറിയുന്നില്ലെന്ന് തോന്നി.

മദ്യപിച്ചുണ്ടായ അപകടമാണ് എന്ന് വന്നതോടെ രംഗം മാറി. സഹതാപവും അനുതാപവുമൊക്കെ പരിഹാസത്തിന് വഴി മാറി. അന്നാട്ടുകാർ തന്നെയായിരുന്നു കാറിലുണ്ടായിരുന്നവർ. അവരെ കുറച്ച് പേർ പെട്ടെന്ന് തന്നെ സീനിൽ നിന്ന് മാറ്റി.

കാര്യങ്ങൾ കേസും കൂട്ടവുമാക്കാതെ സെറ്റിൽ ചെയ്യാൻ പ്രദേശത്തെ ഒരു പ്രമുഖൻ മുമ്പോട്ട് വന്നു. പനമരം പഞ്ചായത്തിലെ പഴയ മെമ്പറാണെന്ന് പരിചയപ്പെടുത്തിയ ഒരു വെള്ളവസ്ത്രധാരി. കാറിന്റെ കേടുപാടുകൾ അവർ തന്നെ തീർത്തോളും. ബസ്സിന്റെ ചളുങ്ങിമടങ്ങിയ ബമ്പറിന് മാത്രമേ തകരാറുള്ളൂ. അതിനുള്ള നഷ്ടം എന്താണെന്ന് വെച്ചാൽ വയ്ക്കാം. മദ്യപിച്ച് വാഹനമോടിച്ച കേസല്ലേ, സ്റ്റേഷനിൽ പോവണ്ട. ഒക്കെ വല്യതറവാട്ടിലെ ആളുകളാ. നാണക്കേടാക്കണ്ട.

ഞങ്ങൾക്ക് പരാതിയൊന്നുമില്ല. തൊട്ടടുത്ത മാനന്തവാടി ഡിപ്പോയിലും ഹോം ഡിപ്പോയായ സുൽത്താൻ ബത്തേരിയിലും അതിനകം വിവരമറിയിച്ചിരുന്നു. മാനന്തവാടിയിൽ നിന്ന് ഏറെ വൈകാതെ മെക്കാനിക്കുമാരുടെ ടീമെത്തി. അവരുടെ നിർണ്ണയപ്രകാരം തുകവാങ്ങി വേബില്ലിൽ രേഖപ്പെടുത്തി ബസ് മുമ്പോട്ടെടുത്തു.

മാനന്തവാടിയിലെത്തുമ്പോഴേക്കും സാധാരണ സമയത്തിലും രണ്ട് മണിക്കൂറോളം വൈകിയിരുന്നു. കാന്റീനിലെ ഭക്ഷണമൊക്കെ തീർന്നതിനാൽ കട്ടനിൽ രാത്രിഭക്ഷണമൊതുക്കി ഞങ്ങൾ യാത്ര തുടർന്നു. ബാംഗ്ലൂരിൽ രാവിലെ നാലരക്കെത്തേണ്ട ഞങ്ങൾ എത്തിയപ്പോൾ 7 മണിയായി. എട്ടുമണിക്ക് ബത്തേരിക്ക് പുറപ്പെടുകയും വേണം. ബാംഗ്ലൂരിൽ ലഭിക്കേണ്ട ചെറിയ വിശ്രമം താറുമാറായിരിക്കുന്നു എന്ന് ചുരുക്കം.

കഷ്ടിച്ച് പല്ല് തേച്ചൊപ്പിച്ച് ഓരോ ചായയും കുടിച്ച് ബാംഗ്ലൂരിലെ കൗണ്ടറുമായി ബന്ധപ്പെട്ടപ്പോഴാണറിയുന്നത് 8.00 മണിക്ക് പോവാൻ പറ്റില്ല. വയനാട്ടിൽ ഹർത്താലാണ്. അത് തീരുന്നത് നോക്കി ഉച്ചയോടെയേ പുറപ്പെടാൻ പറ്റൂ.

ആറ് മണിക്കൂറുകൾ അനിശ്ചിതമായി അവിടെ തുടരേണ്ടി വരും എന്ന് ഉറപ്പായി. ഡ്രൈവർ ബാഗുമെടുത്ത് ബസ്സിലേക്ക് തന്നെ പോയി. ഉറങ്ങാൻ. യാത്രയുടെ ക്ഷീണമുണ്ടെങ്കിലും പട്ടാപകൽ ബഹളത്തിനിടയിൽ ബസ്സിനുള്ളിൽ കിടന്നുറങ്ങാനാവില്ലെന്ന് ഉറപ്പായതിനാൽ ഞാൻ ബസ് സ്റ്റേഷനിലെ ഇരുമ്പ്ബെഞ്ചിലിരുന്ന് സമയം തള്ളിനീക്കാൻ തുടങ്ങി. കെ.എസ്. ആർ.ടി.സി. കൗണ്ടറിലുണ്ടായിരുന്ന തലേന്നത്തെ മലയാളമനോരമ പത്രം അരിച്ചുപെറുക്കി വായിച്ചു. എന്നിട്ടും സമയമെമ്പാടും ബാക്കി. കൽപറ്റ നാരായണൻ മാഷിന്റെ 'സമയപ്രഭു' ഞാനായി മാറി. മൊബൈലിൽ നിന്ന് നമ്പർ കണ്ടെടുത്ത് ബാംഗ്ലൂരിൽ ജോലി ചെയ്യുന്ന സുഹൃത്തുക്കളെ ഒന്നിനു പിന്നാലെ ഒന്നായി ഫോൺചെയ്യാൻ തുടങ്ങി ഞാൻ. ബാംഗ്ലൂർ മെജസ്റ്റിക് ബസ്സ്റ്റേഷനിൽ നിന്ന് ഏറെ അകലെയല്ലാതെ താമസിക്കുന്ന ചില സുഹൃത്തുക്കൾ ഒന്നിനു പിറകെ ഒന്നായി എന്നെ കാണാനെത്തി. എക്സ്പ്രസ് പത്രത്തിൽ ജോലി ചെയ്യുന്ന പ്രമോദും പിന്നാലെ കൂട്ടുകാരി നിഷയും ഭർത്താവും വന്നു. കാക്കിയിട്ട് മുഷിഞ്ഞ് മടുത്ത് ക്യാഷ് ബാഗും ടിക്കറ്റ് മെഷീനുമായി ഇരുമ്പ് ബെഞ്ചിലിരുന്ന് സമയം പോക്കാൻ പാടുപെടുന്ന എന്റെ പതറ്റിക് അവസ്ഥ കണ്ട് രണ്ട് കൂട്ടരും മൂക്കത്ത് വിരൽ ചേർത്തു.

തീർപ്പും തീർച്ചയുമില്ലാത്ത അനിശ്ചിതത്വങ്ങൾ നിറഞ്ഞ ഈ ജോലിയിൽ പ്രവേശിക്കേണ്ടിയിരുന്നില്ലെന്നും പറ്റിയാൽ പഴയ ജോലിയിലേക്ക് തന്നെ തിരികെ പോവണം എന്നും ഉപദേശിച്ച് ഓരോ കപ്പ് കാപ്പി പങ്കിട്ട് ആഗതർ രണ്ട് സമയത്തായി രണ്ട് വഴിക്ക് മടങ്ങിപ്പോയി.

ഉച്ചയ്ക്ക് ഒന്നരയോടെയാണ് ബസ്സെടുക്കാൻ ഞങ്ങൾക്ക് അനുമതി കിട്ടിയത്. വയനാട്ടിൽ മാത്രം പ്രഖ്യാപിക്കപ്പെട്ട അപ്രതീക്ഷിത ഹർത്താൽ – അതെന്തിന്റെ പേരിലാണോ ആവോ – മൂലം ബാംഗ്ലൂരിൽ പെട്ടുപോയ വേറെയും ബസ്സുകളുണ്ടായിരുന്നു. തിരുവനന്തപുരം, എറണാകുളം, കോഴിക്കോട് ഭാഗങ്ങളിലേക്ക് പോവേണ്ടവ. അഞ്ചും പത്തും മിനുട്ടിന്റെ വ്യത്യാസത്തിൽ ഒരു കോൺവോയ് അടിസ്ഥാനത്തിൽ ബസ്സുകൾ ബാംഗ്ലൂർ വിട്ട് പുറത്തേക്ക് വരാൻ തുടങ്ങി.

ആ ഡ്യൂട്ടിയിലെ കുഴപ്പ പരമ്പരകൾക്ക് അവസാനമാവുന്നില്ലെന്ന് സൂചിപ്പിച്ചുകൊണ്ട് ടിക്കറ്റിംഗ് മെഷീൻ പിണക്കം കാണിക്കാൻ തുടങ്ങി. ഇനി അതിന്റെ കുറവ് കൂടിയേ ഉണ്ടായിരുന്നുള്ളൂ എന്ന് മനസ്സിൽ പറഞ്ഞ് ഞാൻ ചെറിയ പ്രാഥമികശുശ്രൂഷകളൊക്കെ ചെയ്തു നോക്കി. കുറച്ച് നേരം പ്രവർത്തിച്ച ശേഷം മെഷീൻ വീണ്ടും പഴയ പടിയായി. ടിക്കറ്റ് എണ്ണം ഫീഡ് ചെയ്ത് പ്രിന്റിനുള്ള കമാന്റ് നൽകുമ്പോൾ പെട്ടെന്ന് മെഷീൻ ഓഫായിപ്പോകും. അങ്ങനെ പലവട്ടം സംഭവിച്ചു. ഒടുവിൽ വല്ല വിധേനയും ടിക്കറ്റ് കൊടുത്ത് തീർത്ത് സീറ്റിലിരുന്നു.

സാധാരണ ദിവസങ്ങളിൽ ഉച്ചയ്ക്ക് 1.15ഓടെ ബത്തേരിയിലെത്തുന്ന സൂപ്പർ എക്സ്പ്രസ് രാത്രി 7.30ഓടെ ഡിപ്പോയിലണഞ്ഞു.

ഇല്ല. കുഴപ്പങ്ങൾ എന്നിട്ടും അവസാനിക്കുന്നില്ല. ബാഗിലെ ക്യാഷ് എണ്ണിനോക്കിയപ്പോൾ ടിക്കറ്റ് മെഷീനിലെ തുകയേക്കാൾ 2780 രൂപ കുറവ്! നടുക്കത്തോടെ തളർന്ന് നിന്ന ഞാൻ പിഴവ് പറ്റിയത് എവിടെ യാണെന്ന് ഏറെ വൈകാതെ മനസ്സിലാക്കി. പല തവണ ടിക്കറ്റ് പ്രിന്റ് ചെയ്യാൻ കമാന്റ് നൽകുമ്പോഴും തുക മെഷീനിൽ ഫീഡായിക്കൊണ്ടിരി ക്കുന്നുണ്ടായിരുന്നു. അതറിയാതെ ഞാൻ വീണ്ടും വീണ്ടും ടിക്കറ്റുകൾ പ്രിന്റുചെയ്തു വരാൻ വേണ്ടി ശ്രമിച്ചുകൊണ്ടിരുന്നു. ഫലമോ യഥാർത്ഥ കളക്ഷന്റെ പലമടങ്ങ് തുക മിഷ്യനിൽ രേഖപ്പെടുത്തിക്കഴിഞ്ഞു. തെറ്റ് മനസ്സില്ലാക്കിയത് കൊണ്ട് വിശേഷിച്ച് പ്രയോജനമേതുമില്ല. മിഷ്യനി ലുള്ള മുഴുവൻ തുകയും അടച്ചേ തീരൂ.

ഒരു ശ്രമമെന്ന നിലയ്ക്ക് ഞാൻ അന്ന് ഡ്യൂട്ടിയിൽ ഉണ്ടായിരുന്ന കൺട്രോളിംഗ് ഇൻസ്പെക്ടർ വേലായുധൻ സാറിനെ പോയിക്കണ്ടു. ആളൊരു സഹൃദയനും എഴുത്തുകാരനുമൊക്കെയാണ് (ചൂണ്ട എന്ന പേരിലൊരു പുസ്തകം ഈയിടെ പുറത്തിക്കുകയും ചെയ്തിരുന്നു). മിഷ്യൻ ചതിച്ചതാണെന്നും എന്റെ നിസ്സഹായസ്ഥിതിയുമൊക്കെ അദ്ദേഹ ത്തിന് എളുപ്പം ബോധ്യപ്പെട്ടു. പക്ഷേ പറഞ്ഞത് ഇങ്ങനെയാണ്.

"ഹാരിസേ, കാര്യമൊക്കെ എനിക്ക് മനസ്സിലായി. പക്ഷേ ഇപ്പോൾ ഇതിലൊന്നും ചെയ്യാനാവില്ല. മെഷീനിൽ ആയിപ്പോയ തുക അടയ്ക്കു കയേ നിവൃത്തിയുള്ളൂ. ജനുവിൻ കേസാണെങ്കിലും തുക അടയ്ക്കാ തിരിക്കുന്നത് ഭാവിയിൽ നമുക്ക് നടപടിക്ക് വഴിവെക്കും."

അദ്ദേഹം പറഞ്ഞത് ശരിയായിരുന്നു. ഒരു രൂപ കുറച്ചടച്ചാൽ പിന്നീട് നാല് രൂപ പിഴയായി അടയ്ക്കണം. അതാണ് കെ.എസ്.ആർ.ടി.സിയിൽ ചട്ടം. ക്യാഷടയ്ക്കുക മാത്രമേ വഴിയുള്ളൂ.

വേലായുധൻ സാർ നിർദ്ദേശിച്ചത് പ്രകാരം മിഷ്യൻ തകരാറിനെ ക്കുറിച്ച് ഒരു വെള്ളക്കടലാസ് പരാതി നൽകി ഞാൻ ക്യാഷ് കൗണ്ടറി ലേക്ക് നടന്നു.

സാധാരണ ഡ്യൂട്ടിക്കിറങ്ങുമ്പോൾ വലിയ തുകയൊന്നും കയ്യിൽ വെയ്ക്കരുത് എന്നാണ് ഞങ്ങൾക്കുള്ള നിർദ്ദേശം. പൊലീസുകാരന്റെ തന്നെ പോക്കറ്റടിക്കുന്ന കള്ളന്മാരുള്ള കാലമാണ്.

2800 രൂപയോളം കടക്കാരനായ എന്റെ പേഴ്സിൽ 600 രൂപയേ കാണൂ. ഞാൻ നാട്ടിലെ സുഹൃത്തുക്കളെ വിളിച്ച് പണവുമായി വരാൻ അപേ ക്ഷിച്ചു. ഡിപ്പോയിൽ കാത്തിരിക്കാൻ തുടങ്ങി. മുമ്പ് ഇതുപോലെ യാത്ര യ്ക്കിടയിൽ ക്യാഷ് നഷ്ടപ്പെട്ട ഒരു കണ്ടക്ടർ കല്യാണമോതിരം പണയം

വെച്ച് 13000രൂപ അടച്ച കഥ പറഞ്ഞു കൗണ്ടറിൽ ഡ്യൂട്ടിയിൽ ഉണ്ടായിരുന്ന രഘു എന്നെ സമാധാനിപ്പിച്ചു.

ഒരു മണിക്കൂറിനകം ഒരു ചങ്ങാതി പണവുമായി വന്നു. അതടച്ച് ഡ്യൂട്ടി ഫിനിഷ് ചെയ്ത് ഞാൻ പുറത്തിറങ്ങി ബൈക്ക് വെച്ചിരിക്കുന്നിടത്തേക്ക് ചെന്നു.

നോക്കുമ്പോഴുണ്ട് അതിന്റെ സീറ്റാകെ മാന്തിപ്പറിച്ച് സ്പോഞ്ച് പുറത്തിട്ടിരിക്കുന്നു. കാടോട് ചേർന്ന ഡിപ്പോയിൽ എണ്ണത്തിൽ ജീവനക്കാരേക്കാളും കൂടുതലുള്ള കുരങ്ങൻമാർ രണ്ട് ദിവസം കൊണ്ട് എടുത്ത പണിയാണത്!

പറിഞ്ഞ് തൂങ്ങുന്ന സീറ്റുള്ള ബൈക്കിലിരുന്ന് വീട്ടിലേക്ക് പോവുമ്പോൾ ഞാനന്ന് ഏറെ ശ്രദ്ധയും കരുതലും ഉള്ളവനായിരുന്നു.

ഡ്രൈവർ എന്ന ഹീറോ

ബാല്യത്തിൽ കെ.എസ്.ആർ.ടി.സി. ബസ്സോടിക്കുന്ന ഡ്രൈവർ ഹീറോ യല്ലാത്ത ആരാണുണ്ടാവുക! എനിക്ക് തീർച്ചയായും അതേ. ചുവന്ന നിറമുള്ള, ഞാൻ കണ്ടിട്ടുള്ളതിൽവെച്ച് ഏറ്റവും വലിയ വണ്ടിയായ കെ.എസ്.ആർ.ടി.സി. ബസ് മുമ്പിലിരുന്ന് ഗമയോടെ ഓടിച്ച് പോവുന്ന ഡ്രൈവറാകാനായിരുന്നു ചെറിയ പ്രായത്തിൽ ആഗ്രഹം. ഞാൻ മാത്ര മല്ല ഭാവിയിൽ ആരാവണം എന്ന സ്ഥിരം ചോദ്യം ക്ലാസ്മുറികളിൽ അദ്ധ്യാപകർ ഉയർത്തുമ്പോൾ സഹപാഠികളിൽ പലരും മറുപടി പറ ഞ്ഞിരുന്നത് ആനവണ്ടിയുടെ ഡ്രൈവറാവണം എന്നായിരുന്നു.

പിന്നെ കാലം പോകെ പതിയെപ്പതിയെ മുൻഗണനകൾ മാറി. സ്വപ്ന ങ്ങൾ മാറി. ലക്ഷ്യങ്ങൾ മാറി. വ്യത്യസ്തമായ ജോലികൾ സ്വീകരിച്ചു. ഒരുപക്ഷേ കഠിനമായി ആഗ്രഹിച്ചത് സഫലമാവും എന്ന 'പൗലോ കൊയ്‌ലിയൻ തിയറി' ശരിയായി വന്നതോ എന്തോ ഞാൻ എത്തിപ്പെട്ടത് പഴയ ഹീറോയെ മുഴുവൻ സമയം കാണാനും കൂടെ ജോലിയെടുക്കാനും അവസരമുള്ള ഒരിടത്ത് തന്നെയാണ്.

ഞാനുൾപ്പടെ അമ്പതോളം പേരുടെ ജീവന്റെ ഉത്തരവാദിത്വവും കയ്യിലെടുത്ത് തിരക്ക് വഴികളിലൂടെ വണ്ടിയോടിക്കുന്ന ഡ്രൈവറോട് പിന്നീട് ഉണ്ടായത് ആരാധന മാത്രമല്ല കടപ്പാടും കൂടിയാണ്. ഞാനും അസംഖ്യം യാത്രികരുമുള്ള ബസ്സ് രാപകൽ സുരക്ഷിതമായി ഓടിച്ച് ലക്ഷ്യത്തിൽ ചേർക്കുന്നതിനുള്ള കടപ്പാട്. ഇപ്പോഴും എത്ര ശ്രദ്ധയോടെ വണ്ടിയോടിക്കുന്ന സുഹൃത്തിനേക്കാളും എനിക്ക് സുരക്ഷിതത്വബോധം തോന്നാറുള്ളത് തെല്ല് നരച്ച തലയുള്ള ഒരു ഡ്രൈവറോടിക്കുന്ന കെ.എസ്.ആർ.ടി.സി. ബസ്സിൽ ഇരിക്കുമ്പോഴാണ്.

ഈയിടെ വൈറലായ രണ്ട് സംഭവങ്ങളുണ്ട്. കെ.എസ്.ആർ.ടി.സിയു മായി ബന്ധപ്പെട്ടവ. ഒന്ന് ചങ്ക് ബസ് പഴയ ഡിപ്പോയിലേക്ക് മടക്കിത്തരണ മെന്നാവശ്യപ്പെട്ട് കോട്ടയം ഡിപ്പോയിലേക്ക് കോട്ടയം മുണ്ടക്കയം റൂട്ടിലെ സ്ഥിരയാത്രികയായ പെൺകുട്ടി നടത്തിയ ഫോൺ സംഭാഷണമാണ്. ഒട്ടൊരു കൗതുകവും ഏറെ സന്തോഷവും തോന്നിയ കാര്യമായിരുന്നു

അത്. എന്നാൽ രണ്ടാമത്തെ കാര്യം അങ്ങനെയായിരുന്നില്ല. ഒരു വീഡിയോ ആയിരുന്നു അത്. തങ്ങളുടെ വാഹനത്തിന് സൈഡ് നൽകിയില്ലെന്നാക്ഷേപിച്ച് രണ്ട് ഇത്തിരിപ്പോന്ന പയ്യൻമാർ ബസ്സിനകത്ത് കയറി ഡ്രൈവറുടെ മുഖത്തടിക്കുന്ന ദൃശ്യം. പലരും ഷെയർ ചെയ്ത് ഷെയർ ചെയ്ത് മുന്നിലെത്തുമ്പോഴെല്ലാം അത് കാണാൻ സാധിക്കാതെ തല തിരിക്കേണ്ടി വന്നു.

ജോലിജീവിതത്തിനിടെ നിരന്തരം ആക്ഷേപവും അപമാനവും ഏറ്റുവാങ്ങേണ്ടി വരുന്ന ജീവനക്കാരുടെ ഒരു പ്രതിനിധിയാണ് ആ ഡ്രൈവർ. മറ്റൊരു മേഖലയിലും ആരും ജോലിക്കിടെ ഇത്രമേൽ അപമാനിക്കപ്പെടുന്നുണ്ടാവില്ല. അതും പരീക്ഷയെന്ന കടുംകടമ്പയും കാത്തുകിടപ്പും കഴിഞ്ഞുലഭിക്കുന്ന ജോലിയാണ് എന്നു കൂടി ഓർക്കണം.

ഹോണടിച്ചതിന്, റോഡിൽ നിന്നിറക്കിമാറ്റി വഴിയൊരുക്കാത്തതിന്, തുടങ്ങി മനസ്സാവാചാ അറിയാത്ത കാര്യങ്ങൾക്ക് പോലും ഡ്രൈവർ അപമാനിക്കപ്പെടുന്നത് സ്ഥിരം കാഴ്ചയാണ്.

ഞാൻ കണ്ടതിൽവെച്ച് ഏറ്റവും ദയനീയത നിറഞ്ഞ ഒരനുഭവം മാത്രം ഇവിടെ പങ്കുവെയ്ക്കട്ടെ.

സുൽത്താൻ ബത്തേരിയിൽ നിന്നും കോട്ടയത്തേക്ക് രാത്രി സർവ്വീസ് നടത്തുന്ന ബസ്സിലായിരുന്നു ഡ്യൂട്ടി. രാത്രിയാണതിന്റെ ഒരു വശത്തേക്കുള്ള യാത്ര. കോഴിക്കോട് നിന്ന് രാത്രി ഭക്ഷണം കഴിച്ച് മുന്നോട്ട് പോവുകയാണ് ഞങ്ങൾ. കോഴിക്കോട് യൂണിവേഴ്സ്റ്റിക്കും കാക്കഞ്ചേരിക്കും ഇടയിലാണെന്നാണോർമ്മ. ഒരു കാറ് നിരത്തിലെ വാഹനങ്ങളെയൊക്കെ മറികടന്ന് കുതിക്കുന്നു. തുരുതുരെ ഹോണടിക്കുന്നുമുണ്ടത്. തൊട്ട് പിന്നാലെ ഒന്ന് രണ്ട് ബൈക്കുകൾ, വേറെയൊരു കാറ്. എല്ലാവരുടേയും ധൃതികണ്ട് എന്റെ ബസ്സിലെ ഡ്രൈവർ വാഹനമൊതുക്കിക്കൊടുക്കുന്നു. എന്തോ ആക്സിഡന്റോ അപകടമോ മറ്റോ ആവും.

ഒട്ടുദൂരം ചെന്നില്ല, അതാ ഒരു വഴി തടസ്സം. ഒരു ബസ്സതാ റോഡിന്റെ ഏതാണ്ടൊത്ത നടുക്ക് നിർത്തിയിരിക്കുന്നു. തിരുവനന്തപുരത്തേക്കുള്ളതാണെന്ന് പിറകിലെ ബോർഡിൽ നിന്ന് വായിക്കാം. അതിന്റെ വഴിയടച്ച് കുറുകനെ നിൽക്കുകയാണ് മുമ്പേ പോയ കാറുകളും ബൈക്കുകളും. ബസ്സിനുള്ളിൽ നിന്നും ബഹളവും ആക്രോശവും കേൾക്കാം. കുറച്ച് പേർ മുമ്പിൽ കൂടി നിൽക്കുന്നുമുണ്ട്.

ഞങ്ങളുടെ ബസ് ഒതുക്കി ഞാനും ഡ്രൈവറും കൂടി തിരുവനന്തപുരം ബസിലേക്ക് ചെന്നു. ദയനീയമായിരുന്നു കണ്ട കാഴ്ചകൾ. തിരുവനന്തപുരം ബസിലെ ഡ്രൈവറെ മർദ്ദിക്കുകയാണ് ഒരു കൂട്ടം ചെറുപ്പക്കാർ. ഡ്രൈവർസീറ്റിൽ നിന്നും യാത്രികർക്കിടയിലേക്ക് പിടിച്ചു വലിച്ചിട്ടാണ് പ്രഹരം. ഒരു കയ്യിൽ ക്യാഷ് ബാഗും ടിക്കറ്റിംഗ് മെഷീനും വഹിക്കുകയാൽ വൈകല്യമുള്ളവനായി മാറിയ കണ്ടക്ടർ അക്രമികളെ പിടിച്ച് മാറ്റി ഡ്രൈവറെ രക്ഷിക്കാൻ ആവത് ശ്രമിക്കുന്നുണ്ട്.

എണ്ണത്തിൽ കുറവുള്ള യാത്രികരാവട്ടെ കാര്യമെന്തെന്നറിയാഞ്ഞിട്ടോ എന്തോ കാര്യമായി ഇടപെടുന്നില്ല. ഏതായാലും ഞങ്ങൾ രണ്ട് കാക്കിക്കാർ കൂടി ചേർന്ന് പിടിച്ചുവെച്ചും അക്രമികളുടെ കാല് പിടിച്ചും ഡ്രൈവറെ മർദ്ദനത്തിൽ നിന്ന് വല്ലവിധേനയും മോചിപ്പിച്ച് എടുത്തു.

കാര്യങ്ങളെല്ലാം അറിയുന്നത് പിന്നീടാണ്. മുമ്പേ ഓടിക്കൊണ്ടിരുന്ന ഒരു ബൈക്കിനെ പിറകിൽ നിന്ന് ഇടിച്ച് വീഴ്ത്തി നിർത്താതെ പോരുകയായിരുന്നു ഈ ബസ് എന്നാണ് വഴി തടഞ്ഞ് മർദ്ദിക്കുന്നവരുടെ ആക്ഷേപം. പക്ഷേ അങ്ങനെയൊന്ന് നടന്നിട്ടില്ല എന്ന് ഡ്രൈവർ ആണയിടുന്നുണ്ട്. മുമ്പിൽ ഇരുന്നിരുന്ന കണ്ടക്ടറും കണ്ടിട്ടില്ല അങ്ങനൊന്ന്. ഇതേ നിറമുള്ള വേറെ വല്ല ബസ്സുമാവാം എന്ന വാദമൊന്നും വിലപ്പോവുന്നില്ല. തെളിവിനായി ഇടിയിൽ പരിക്കേറ്റ ചെറുപ്പക്കാരനേയും അയാളോടിച്ചിരുന്ന ബൈക്കും കൊണ്ടുവന്നിട്ടുണ്ട്. വീഴ്ചയിൽ പറ്റിയതാവണം പയ്യന്റെ ഇടത് കൈമുട്ടിൽ നിന്ന് ചോര പൊടിയുന്നുണ്ട്. ബൈക്കിനും ചെറുകേടുപാടുകളുണ്ട്. പക്ഷേ, ദൃക്സാക്ഷികളാരുമില്ലാത്ത ആ സംഭവത്തിൽ എന്തോ പൊരുത്തക്കേടുകളുണ്ട്. അപകടം നടന്നപാടെ പയ്യൻ വിളിച്ചുവരുത്തിയവരാണ് കൂടെയുള്ളവർ.

ഡ്രൈവറെ പൊലീസിലേൽപിക്കണമെന്നും ബസ്സിനി പോവാനനുവദിക്കില്ല എന്നും അവർ തീർത്തു പറഞ്ഞു. കൂട്ടത്തിലാരോ ആ സമയം കൊണ്ട് അടുത്തുള്ള തേഞ്ഞിപ്പലം സ്റ്റേഷനിലേക്ക് വിളിക്കുകയും ചെയ്തിട്ടുണ്ട്.

ഈ സമയത്താണ് അല്പം പിറകിലായി നിർത്തിയിട്ടിരുന്ന ഞങ്ങളുടെ ബസ്സിൽ നിന്നും രണ്ട് പേർ ഉറക്കച്ചടവ് കുടഞ്ഞ് കളഞ്ഞ് അങ്ങോട്ട് വന്നത്. അതിലൊരാൾ ആത്മവിശ്വാസത്തോടെ പ്രശ്നത്തിലിടപെട്ടു. കോഴിക്കോട്ടു നിന്ന് അങ്കമാലിക്ക് ടിക്കറ്റെടുത്ത ഒരു പൊലീസുദ്യോഗസ്ഥനായിരുന്നു അയാൾ. അങ്കമാലിയിലെത്തുന്ന സമയത്ത് ഉറങ്ങുകയാണെങ്കിൽ വിളിച്ചുണർത്തണമെന്ന് അയാൾ ശട്ടം കെട്ടിയിരുന്നതിനാൽ ഞാനയാളെ പ്രത്യേകം ഓർമ്മിച്ചിരുന്നു. കണ്ണൂർ ജില്ലയിലെ ഒരു സ്റ്റേഷനിൽ ജോലി ചെയ്യുന്ന അയാൾ പിറ്റന്നാൾ ഹൈക്കോടതിയിൽ ഒരു കേസിന്റെ ആവശ്യാർത്ഥം പോവുകയാണെന്നും അങ്കമാലിയിലുള്ള ബന്ധുവീട്ടിൽ തങ്ങി നാളെ കൊച്ചിക്കു പോവുമെന്നും ഇടയ്ക്ക് സംസാരത്തിനിടെ പറഞ്ഞത് ഞാൻ ഓർമ്മിച്ചു.

ആൾ വന്നതോടെ പ്രശ്നങ്ങൾക്ക് ഒരു പൊലീസ് രീതി കൈവന്നു. വാദിയായ പയ്യനോട് ഒന്ന് രണ്ട് ചോദ്യങ്ങൾ ചോദിച്ചതിൽ തന്നെ എന്തെല്ലാമോ പൊരുത്തക്കേടുകൾ പുറത്തുവന്നു.

ബൈക്കിനെ ബസ് പിറകിൽ നിന്ന് ഇടിച്ചതിന്റെ ഒരു ലക്ഷണവും ബൈക്കിന് മേൽ ഇല്ല. ഇടത്തോട്ട് ചരിഞ്ഞതിനാലാവണം ഇടത് ഭാഗത്തെ ഇന്റിക്കേറ്റർ, ഗ്ലാസ് ഇവ പൊട്ടിയിട്ടുണ്ട്. പെട്രോൾ ടാങ്കിന്റെ

ഇടത് വശം ഉരഞ്ഞിട്ടുമുണ്ട്. കൂടാതെ മുൻഭാഗത്തെ മഡ്ഗാർഡിനുമുണ്ട് പൊട്ടൽ.

ഡ്യൂട്ടിയിലല്ലെങ്കിലും പൊലീസുദ്യോഗസ്ഥൻ ഒന്നുകൂടി കടുപ്പിച്ച് ചോദിച്ചതോടെ പയ്യൻ സത്യം സത്യമായിട്ട് പറഞ്ഞു. വളവും ഇറക്കവും കൂടിവരുന്നൊരു ഭാഗമുണ്ട്. അവിടെ കെ.എസ്.ആർ.ടി.സി. ബസ് വേഗത കുറച്ചപ്പോൾ പിറകിൽ വന്ന ബൈക്ക് ബസ്സിന് പിറകുവശത്ത് ചെറുതായി തട്ടിമറിഞ്ഞ് വീഴുകയായിരുന്നു!

കാര്യങ്ങളുടെ ഗതി മാറി. വാദി പ്രതിയായി. പയ്യന്റെ കൂട്ടത്തിൽ വന്നവരുടെ നില പരുങ്ങലിലായി. നിരപരാധിയായ ഡ്രൈവറെ ജോലി തടസ്സപ്പെടുത്തി മർദ്ദിച്ചതിന് അവർക്കെതിരെ കേസ് വരുമെന്നായി.

അങ്ങനെ തന്നെ ചെയ്യണമെന്ന് ആ പൊലീസ് ഉദ്യോഗസ്ഥനും യാത്രക്കാരിൽ ചിലരും ഉറപ്പിച്ച് പറയുകയും ചെയ്തു. ഡ്രൈവറെ ആശുപത്രിയിലാക്കുകയും അക്രമിച്ചവരെ പൊലീസിന് കൈമാറുകയുമാണ് വേണ്ടത്. അതോടെ ആ ബസ്സിന്റെ യാത്ര മുടങ്ങും. പക്ഷേ, അപ്പോഴാണ് ആ ഡ്രൈവർ പറയുന്നത്: കേസൊന്നും വേണ്ട, എനിക്ക് പരാതിയില്ല. സർവ്വീസ് തുടർന്നാൽ മതി എന്ന്.

ഏതായാലും അപ്പോഴേക്കും തേഞ്ഞിപ്പലത്ത് നിന്ന് പോലീസ് സംഘമെത്തി. ഹൈവേ പൊലീസിന്റെ ഒരു ജീപ്പും വന്നു നിന്നു. പിന്നീടുള്ള പ്രശ്നങ്ങൾ ഒഴിവാക്കാനായി ഒരു വെള്ളക്കടലാസ് പരാതി എഴുതി നൽകി. ആ ബസും ഞങ്ങളുടെ ബസും പിന്നാലെ വന്ന് നിന്നവയുമൊക്കെ യാത്ര തുടർന്നു.

പോക്കറ്റിലുണ്ടായിരുന്ന ഒരു ചെറു ഡയറിയും ഏറെ സെന്റിമെന്റ്സുള്ള ഒരു പേനയും പിടിവലിക്കിടെ നഷ്ടമായത് ഞാനന്നേരമാണ് ശ്രദ്ധിച്ചത്. പക്ഷേ എന്റെ മനസ്സു നിറയെ ആ ഡ്രൈവറുടെ മുഖമായിരുന്നു.

ദേഹം നിറയെ മർദ്ദിക്കപ്പെട്ടതിന്റെ വേദന കാണും അയാൾക്ക്. അതിലുമുപരിയായിരിക്കും മാനസികമായി ഏറ്റ മുറിവുകളുടെ ആഘാതം. അതും ചെയ്യാത്ത ഒരു കുറ്റത്തിന്. അതിന്റെ കയ്പ് കുടിച്ചിറക്കി വേണമല്ലോ അയാൾ ഇനിയുള്ള ദൂരമത്രയും യാത്രികരേയും കൊണ്ട് വണ്ടിയോടിക്കേണ്ടത്.

ഒന്നും ഓർമ്മിക്കേണ്ടതില്ലാത്ത ഒരു യന്ത്രഭാഗമാവട്ടെ തൽക്കാലത്തേക്കെങ്കിലും അയാളുടെ ഹൃദയം എന്ന് ഞാൻ ആശിച്ചു.

പ്രശ്നയാത്രകൾ, രക്ഷകർ

ഒരു ബസ്സിലെ ആളുകളെപ്പോലെ എന്നൊരു പറച്ചിലുണ്ട്. വ്യത്യസ്ത സ്വഭാവവും പശ്ചാത്തലവുമുള്ള പരസ്പരം പരിചയമില്ലാത്ത കുറച്ചു നേരത്തേക്ക് സംഘമാവുന്ന, എന്നാൽ അത്രയൊന്നും സംഘടിതമല്ലാത്ത ഒരു കൂട്ടം ആളുകളെ കുറിക്കാനാണ് പലപ്പോഴും ഈ പ്രയോഗം നടത്താറുള്ളത്.

ഒരു ബസ്സിൽ ഉണ്ടാവുന്ന ചെറുകൂട്ടത്തെക്കുറിച്ച് ഈ പ്രയോഗം നമുക്ക് സൂചന തരുന്നുണ്ട്. അതെ, അത്രമേൽ വ്യത്യസ്തവും ഒഴിവാക്കാനാവാത്തതുമായ സവിശേഷതകൾ അടങ്ങിയൊരാൾക്കൂട്ടമാണ് ബസ്സിലെപ്പോഴുമുണ്ടാവുക. രാപകൽ ഭേദമില്ലാതെ ഇവർക്കിടയിൽ നിൽക്കുന്ന കണ്ടക്ടർക്കും ഡ്രൈവർക്കും അതുകൊണ്ട് തന്നെ പരിക്ക് പറ്റാനുള്ള സാധ്യത എപ്പോഴുമുണ്ട്. എന്തെല്ലാം കാര്യങ്ങൾ ഒരു കണ്ടക്ടർക്ക് ചീത്തവിളി വാങ്ങിച്ചുകൊടുക്കാമെന്നോ.

ചില്ലറയാണ് ഇക്കൂട്ടത്തിൽ പ്രധാനം. അതൊരിക്കലും തികയാറില്ല തന്നെ. ഒരു യാത്രികനെ സംബന്ധിച്ച് അയാൾക്ക് ബാക്കി ലഭിക്കേണ്ട കാര്യം മാത്രമേ ഉള്ളൂ. എന്നാൽ ഒരു കണ്ടക്ടറെ സംബന്ധിച്ച് എല്ലാ വർക്കും ചില്ലറ നൽകി തൃപ്തിപ്പെടുത്തേണ്ടതുണ്ട്. ആവശ്യത്തിന് ചില്ലറ ബാക്കിയില്ലാതെ വരുമ്പോഴാണ് കൊടുക്കാൻ പറ്റാതെ പോവുന്നത്.

ബാക്കി കൊടുക്കാതെ ഒന്നും രണ്ടും രൂപകൾ കൂട്ടിവെച്ച് കണ്ടക്ടർ പണക്കാരനായെന്നൊക്കെ ആളുകൾ പറയുന്നത് കേൾക്കാം. എന്റെയൊക്കെ കാര്യത്തിൽ മിക്കപ്പോഴും കയ്യിൽ നിന്ന് പണം പോവുന്ന അവസ്ഥയാണുണ്ടാവാറുള്ളത്. നഷ്ടം സഹിച്ച് ബാക്കികൊടുക്കുന്നതു കൊണ്ടാണിത്. ചില്ലറ സംഭരിച്ച് പണക്കാരനായി എന്ന ആക്ഷേപം നേരിടുന്നതിലും ഭേദം നഷ്ടം സഹിക്കുന്നതാണ് എന്ന നിലപാടായിരുന്നു എനിക്കൊക്കെ.

വീട്ടിൽ നിന്ന് പോവുമ്പോൾ തന്നെ കുറച്ചു രൂപയുടെ ചില്ലറ കരുതിയാണ് ഒട്ടുമിക്ക കണ്ടക്ടർമാരും ഡ്യൂട്ടിക്ക് കയറുക. ചില്ലറക്കശപിശ കൾ ഒഴിവാക്കാൻ വേണ്ടിയാണിത്. എന്നാലും അത് പെട്ടെന്ന് തന്നെ തീർന്ന് ചില്ലറ ദാരിദ്ര്യത്തിലാവുകയും ചെയ്യും.

ബസ്സിന്റെ സ്റ്റോപ്പ് സംബന്ധിച്ച തർക്കമാണ് അടുത്തത്. ഓരോ വിഭാഗത്തിലും പെടുന്ന ബസ്സുകൾ കൃത്യമായും നിർത്തേണ്ട സ്ഥലങ്ങൾ ഏതൊക്കെയാണെന്ന് കെ.എസ്.ആർ.ടി.സി. നിർദ്ദേശിച്ച് നൽകിയിട്ടുണ്ട്. അവിടെ മാത്രം നിർത്തിയേ ആളിറക്കാനും കയറ്റാനും പാടുള്ളൂ എന്നാണ്. പക്ഷേ ആളുകൾക്ക് സൂപ്പർഫാസ്റ്റാണെങ്കിലും പോയിന്റ് ടു പോയിന്റ് ആണെങ്കിലും തങ്ങളുടെ വീടിന് തൊട്ടുമുമ്പിൽ നിർത്തിക്കൊടുത്താൽ വളരെ സന്തോഷമാണ്. അത് ചെയ്തില്ലെങ്കിൽ ആദ്യം അപേക്ഷാ ഭാവത്തിലായിരുന്ന ശബ്ദം ഒട്ടും വൈകാതെ ഭീഷണിയിലേക്ക് മാറും. ചീത്തവിളിയുമാരംഭിക്കും.

സ്റ്റോപ്പില്ലാത്തിടത്ത് നിർത്തിയാൽ ഉള്ള ആദ്യത്തെ പ്രശ്നം എന്താണെന്ന് വെച്ചാൽ ബസ്സിലിരിക്കുന്ന മറ്റ് യാത്രികരും ഇതേ കാര്യം ഉന്നയിച്ച് വരാൻ തുടങ്ങും എന്നതാണ്. അന്നേരം നമുക്ക് അവരോട് ഒന്നും പറഞ്ഞ് നിൽക്കാൻ കഴിയില്ല. അവർക്കുവേണ്ടിയും ബസ് നിർത്തിക്കൊടുക്കേണ്ടി വരും. ഇത് ബസ്സിന്റെ സമയക്രമത്തെ ആകെ ബാധിക്കും. സാധാരണയിലും കൂടുതൽ ചാർജ്ജ് തന്ന് ബസ്സിൽ കയറിയ മറ്റ് യാത്രികർ അസ്വസ്ഥത കാണിക്കും, പ്രതിഷേധിക്കും. മറ്റൊരു കാര്യം സ്റ്റോപ്പില്ലാത്തിടത്ത് നിർത്തുകവഴി വല്ല അപകടങ്ങളും പിണഞ്ഞാൽ അതിന്റെ പൂർണ്ണ ഉത്തരവാദിത്തം ഡ്രൈവർക്കും കണ്ടക്ടർക്കും മാത്രം ആയിരിക്കും എന്നതാണ്. അങ്ങനെ ഉണ്ടായ കേസുകൾ നേരിടുന്ന ജീവനക്കാരേയും പരിചയമുണ്ട് താനും.

ഇതൊക്കെക്കൊണ്ടാണ് സ്റ്റോപ്പില്ലാസ്റ്റോപ്പിൽ ബെല്ലടിക്കാൻ ഒരു കണ്ടക്ടർ മടി കാണിക്കുന്നത്. ഇനി കണ്ടക്ടർ ബെല്ല് കൊടുത്താലും നിർത്താൻ മടിച്ച് ഡ്രൈവർ മുമ്പോട്ടു തന്നെ പോകുന്നതും.

ബസ് ലക്ഷ്യത്തിൽ എത്തിച്ചേരാൻ പ്രതീക്ഷിച്ചതിലും കൂടുതൽ സമയമെടുക്കുന്നത് യാത്രക്കാരെ അസ്വസ്ഥരാക്കും. ദീർഘദൂരയാത്രയിൽ വിശേഷിച്ചും. ജനുവിനായ കാരണങ്ങളുണ്ടായിട്ടും ഇങ്ങനെ യാത്രക്കാരുടെ ചീത്തവിളി കേട്ട എത്ര അനുഭവങ്ങളുണ്ടായിട്ടുണ്ടെന്നോ.

ഇനി സമയത്തിനും മുമ്പേയാണ് ബസ് എത്തുന്നത് എങ്കിൽ അതും കുഴപ്പം തന്നെയാണ്. ഇത്തവണ ചോദ്യവും ശിക്ഷയുമൊക്കെ മേലധികാരികളുടെ ഭാഗത്തു നിന്നാണെന്നുമാത്രം.

സംവരണസീറ്റുകളിൽ നിന്ന് ആളുകളെ മാറ്റുന്നതുമായി ബന്ധപ്പെട്ട തർക്കമാണ് മറ്റൊരു വഴക്കുണ്ടാക്കൽ കാരണം. 'സംവരണസീറ്റുകൾ ഒഴിഞ്ഞു കൊടുക്കാതിരിക്കുന്നത് 500 രൂപ പിഴ വിധിക്കാവുന്ന കുറ്റമാണ്' എന്ന അറിയിപ്പെല്ലാം എല്ലാ ബസ്സുകളിലും കാണാം. പക്ഷേ അതൊന്നും ആരും ഗൗനിക്കാറില്ല തന്നെ.

ദീർഘദൂരബസ്സുകളിലാണ് ഈ പ്രശ്നം അധികമുണ്ടാവുക. തങ്ങളുടെ ഭാഗം 'സേഫ് ' ആക്കാനായി കണ്ടക്ടർമാർ തുടക്കത്തിൽ

തന്നെ ഒരു 'ഏറ്' എറിഞ്ഞിടാറുണ്ട്. സ്ത്രീകളുടെ സീറ്റ് ഒഴിവാക്കി ഇരിക്കണം എന്ന പ്രസ്താവന. പിന്നീടൊരു തർക്കുമുണ്ടാവുമ്പോൾ ഈ പ്രസ്താവന കണ്ടക്ടറുടെ രക്ഷക്കെത്താറുമുണ്ട്.

ഏറെ കൗതുകകരമായൊരനുഭവം ഇതുമായി ബന്ധപ്പെട്ടുണ്ടായത് ഞാനോർക്കുന്നു. സുൽത്താൻ ബത്തേരിയിൽ നിന്ന് തിരുവനന്തപുരത്തേക്ക് ഉച്ചയ്ക്ക് ശേഷം പുറപ്പെടുന്ന സൂപ്പർഫാസ്റ്റ് ബസാണ്. അങ്കമാലിയിൽ നിന്ന് തിരിഞ്ഞ് എം.സി. റോഡ് വഴിയാണതിന്റെ യാത്ര.

രാത്രിഭക്ഷണമൊക്കെ കഴിഞ്ഞ് തൃശൂർ വിട്ട് ബസ് മുമ്പോട്ട് പോവുകയാണ്. ആമ്പല്ലൂരോ അതോ കൊടകരയോ, കൃത്യമായി ഓർമ്മിക്കുന്നില്ല. സ്ത്രീകളുൾപ്പടെ കുറച്ചധികം പേർ ബസ്സിൽ കയറി. കുറച്ച് പേർക്കെല്ലാം സീറ്റ് കിട്ടി. ബാക്കിയുള്ളവർ നിൽക്കുന്നു. അപ്പോഴാണ് മൂന്ന് പേർ ഇരിക്കുന്ന മുമ്പിലെ സീറ്റിൽ രണ്ട് സ്ത്രീകളുടെ കൂടെ ഒരാണ് ഇരിക്കുന്നത് ശ്രദ്ധയിൽ പെട്ടത്. പുതുതായി കയറിയെത്തിയവർ ആ സീറ്റ് ഒഴിയാൻ ആവശ്യപ്പെട്ടു. അയാൾ അതിന് തയ്യാറാവാതെ വന്നതോടെ അവർ എന്നോട് അയാളെ മാറ്റാൻ ആവശ്യപ്പെട്ടു. ഞാൻ അതേ ആവശ്യമുന്നയിച്ചപ്പോൾ അയാൾ ദേഷ്യപ്പെട്ടു. ആദ്യം വന്നിരുന്നപ്പോൾ കണ്ടക്ടർ പറഞ്ഞില്ല എന്നായി ആക്ഷേപം. സത്യത്തിൽ ഞാൻ അങ്ങനെ പറഞ്ഞിരുന്നോ എന്ന് എനിക്ക് ഓർമ്മയുണ്ടായിരുന്നില്ലതാനും. ഉണ്ടെങ്കിലും ഇല്ലെങ്കിലും സ്ത്രീകളുടെ സീറ്റിൽ പുരുഷൻമാർ ഇരിക്കാൻ പാടില്ലാത്തതാണ്.

ഏതായാലും ഒരു കോംപ്രമൈസ് എന്ന നിലയ്ക്ക് ഞാൻ ഡ്രൈവറുടെ സമീപത്തുള്ള എന്റെ സീറ്റ് അയാൾക്ക് ഒഴിഞ്ഞു കൊടുത്തു. പിന്നെ പിറകിലേക്ക് പോയി നിൽക്കാൻ തുടങ്ങി.

പക്ഷേ പ്രശ്നം അവിടെയുമവസാനിച്ചില്ല. ഭാര്യയുടെ അടുത്തുനിന്ന് മാറിയിരിക്കേണ്ടി വന്ന അയാൾ കണ്ടക്ടർ സീറ്റിലിരുന്നു ചീത്ത പറയാൻ ആരംഭിച്ചു. ഏതാണ്ടൊരു പ്രസംഗം പോലെയായിരുന്നു അത്. അതിൽ ഞാനും ഡ്രൈവറും കെ.എസ്.ആർ.ടി.സി. അധികാരികളും വകുപ്പുമന്ത്രിയും എല്ലാം ഉൾക്കൊണ്ടു. പതിവുപോലെ കെ.എസ്.ആർ.ടി.സി. ഗുണംപിടിക്കാത്തതിനെപ്പറ്റിയും ജീവനക്കാരുടെ പോരായ്മകളെപ്പറ്റിയുമൊക്കെയുണ്ട്. അർദ്ധരാത്രിയോടടുത്ത സമയത്താണ് ഇതെന്ന് ഓർക്കണം.

പെട്ടെന്ന് അയാളെ നിശ്ശബ്ദനാക്കിക്കൊണ്ട് മുൻസീറ്റുകളിലൊന്നിൽ നിന്ന് മറ്റൊരാളുടെ ശബ്ദം ഉയർന്നു.

"ഒന്ന് ചുമ്മാതിരിക്കണം ഹേ." എന്നായിരുന്നു അയാളുടെ തുടക്കം.

പിന്നെയയാൾ ഒരു ബസ്സിന്റെ സ്പേസ്, ഒരു ബസ്സിലുണ്ടാവേണ്ട സീറ്റുകൾ, ഓരോ സീറ്റും എപ്രകാരം ആർക്കൊക്കെ നീക്കിവെച്ചിരിക്കണം,

സീറ്റുകൾക്കിടയിൽ ഉണ്ടാവേണ്ട അകലം തുടങ്ങിയ കാര്യങ്ങളൊക്കെ ഒന്നൊഴിയാതെ പറയാൻ തുടങ്ങി. തുറന്ന് പറയാമല്ലോ ആൾ വിവരിച്ച തിൽ പാതി കാര്യങ്ങളും എനിക്ക് പുതിയ അറിവായിരുന്നു.

ബസ്സിലുണ്ടായിരുന്ന ഒട്ടുമിക്കവാറുമാളുകളും ഈ പുതിയ പ്രാസം ഗികനെ കൗതുകത്തോടെ കേട്ടിരിക്കുകയാണ്. നാലുവരിയുള്ള ദേശീയ പാതയിലൂടെ വണ്ടി പായിക്കുന്നതിനിടെ ഡ്രൈവറും ഇടയ്ക്കിടെ തിരിഞ്ഞു നോക്കുന്നുണ്ട്.

സംവരണ സീറ്റുകളിൽ ചെന്നിരുന്നാൽ യഥാർത്ഥത്തിൽ ആർക്ക വകാശപ്പെട്ടതാണോ ആ സീറ്റ് അവർ ആവശ്യപ്പെടുന്നപക്ഷം മാറി ക്കൊടുക്കേണ്ടതാണ് എന്ന വകുപ്പ് കൂടി പറഞ്ഞാണയാൾ അവസാനി പ്പിച്ചത്. ആരാണീ രക്ഷകൻ എന്ന് മനസ്സാവിചാരിച്ച എനിക്ക് പെരുമ്പാ വൂർ വരെ അയാളുടെയടുത്തേക്ക് ചെല്ലാൻ കഴിഞ്ഞില്ല.

പെരുമ്പാവൂരിൽ കുറച്ച്പേർ ഇറങ്ങിയതോടെ വഴക്കുണ്ടാക്കിയ യാത്രികനും ഭാര്യയ്ക്കും വീണ്ടും അടുത്തിരിക്കാൻ അവസരം കിട്ടി. എനിക്കെന്റെ കണ്ടക്ടർ സീറ്റും തിരികെ കിട്ടി.

പെരുമ്പാവൂരിൽ നിന്ന് കയറിയവർക്കുകൂടി ടിക്കറ്റ് കൊടുത്ത് ഞാൻ ആശ്വാസത്തോടെ സീറ്റിലിരുന്നപ്പോൾ രക്ഷകൻ പിറകിലെ സീറ്റിൽ നിന്ന് അല്പം മുന്നോട്ടാഞ്ഞ് എല്ലാവരുടേയും മനസ്സിലുണ്ടായിരുന്ന ചോദ്യ ത്തിന് ഉത്തരം എന്നോട് മാത്രമായി പറഞ്ഞു.

“ഞാനേ, ഇത് പറയാനുത്തരവാദിത്വമുള്ള ആളാണ്. വെഹിക്കിൾ ഇൻസ്പെക്ടറാണ്. പോരാത്തതിന് കൊട്ടാരക്കര ഡിപ്പോയിലെ പഴയ കണ്ടക്ടറും.”

ഈ രോഗത്തിന് മരുന്നില്ലേ സാർ?

പോക്കറ്റടിയും പീഡനവും. ബസ്സുകൾ നിരത്തിലിറങ്ങിയ കാലം തൊട്ടുള്ള ചരിത്രമുണ്ടാവും അവയ്ക്കും. ദുഷ്ടലാക്കോടെ ചെറിയ ആൾക്കൂട്ടത്തിനുള്ളിൽപോലും നുഴഞ്ഞുകയറുന്ന ഈ കൂട്ടരുണ്ടാക്കുന്ന തൊന്തരവുകളിൽ നിന്ന് മോചിതമല്ല കണ്ടക്ടറുടേയും ഡ്രൈവറുടേയും ജോലിജീവിതം.

ചെറിയ ചെറിയ ഇടവേളകളിൽ ഇത്തരം കുഴപ്പക്കേസുകളുമായി എനിക്കും മൽപ്പിടുത്തം വേണ്ടിവന്നിട്ടുണ്ട്. ഒട്ടൊക്കെ വിചിത്രമായൊരു പീഡനക്കേസാവട്ടെ ആദ്യം.

സുൽത്താൻ ബത്തേരിയിൽ നിന്ന് തമിഴ്നാട്ടിലെ നാടുകാണി നിലമ്പൂർ വഴി തൃശൂരിലേക്ക് ഓപ്പറേറ്റ് ചെയ്യുന്ന കുറച്ച് സർവ്വീസുകളുണ്ട്. വയനാട്, നീലഗിരി, മലപ്പുറം, പാലക്കാട്, തൃശൂർ ജില്ലകളിലെ ഒരുപാടാളുകൾക്ക് പ്രയോജനപ്രദമാണ് ഈ സർവ്വീസ്. ഒരിക്കൽ തൃശൂരിൽ നിന്ന് മടങ്ങുകയാണ്. സമയം ഉച്ചകഴിഞ്ഞിട്ടുണ്ട്. കുറച്ച് തിരക്കുണ്ട്. ബസ് പട്ടാമ്പിക്കും പെരിന്തൽമണ്ണക്കും ഇടയിലാണ്. ഞാൻ മുമ്പിലെ ഭാഗത്ത് ടിക്കറ്റ് നൽകുകയാണ്.

പെട്ടെന്നതാ പിറകിൽ നിന്നൊരാക്രോശ ശബ്ദം. അല്ല ഒന്നല്ല ഒരുപാടൊച്ചകൾ. ഒരു പെൺകുട്ടിയുടെ കരച്ചിൽ. ഒരാളുടെ ചിലമ്പിച്ച പ്രതിരോധ സ്വരം. ചീത്തവിളി. പടാപടാ വീഴുന്ന അടിയുടെ ഒച്ച.

കാരണം വ്യക്തമല്ലെങ്കിലും ഞാൻ നമ്മുടെ വജ്രായുധമായ മണി പ്രയോഗിച്ചു. ടൗൺ ടു ടൗൺ പോയിട്ട് ലോക്കൽ ബസ്സുപോലും നിർത്തിക്കൊടുക്കാത്തിടത്ത് ഡ്രൈവർ ബസ് നിർത്തി. ഞാൻ തിക്കിത്തിരക്കി പിറകിലെത്തി.

സീറ്റ് കിട്ടാതെ നിൽക്കുകയായിരുന്ന ഒരു സ്ത്രീയെ ഒരാൾ ഉപദ്രവിക്കാൻ ശ്രമിച്ചതും ഇത് കണ്ടെത്തിയ കുറച്ചുപേർ 'ഉടനടി' ശിക്ഷ നടപ്പാക്കിയതുമാണ് സംഭവം.

'കുറ്റവും ശിക്ഷ'യും ബസ്സിനകത്തുതന്നെ നടന്നുവെങ്കിലും പൊലീസ് സ്റ്റേഷനിൽ പോകണമെന്നായിരുന്നു എനിക്ക്. കാര്യങ്ങൾ സുരക്ഷിതമാക്കുന്നതിന് അതാണ് നല്ലത്. പക്ഷേ അത് വേണ്ടെന്നും അവനുള്ളത് ഞങ്ങൾ തന്നെ കൊടുത്തിട്ടുണ്ടല്ലോ എന്നും യാത്രക്കാർ പറഞ്ഞപ്പോൾ ഞങ്ങൾക്ക് വഴങ്ങേണ്ടി വന്നു. മാത്രവുമല്ല, പൊലീസ് സ്റ്റേഷനിൽ പോക്കും അവിടത്തെ ചടങ്ങുകളുമൊക്കെ കഴിയുമ്പോൾ സമയം ഒരുപാട് വൈകുമെന്നും രാത്രി വളരെ വൈകിയാൽ പലർക്കും അവസാന ബസ് മിസ്സാകുമെന്നും ആളുകൾ നിർബന്ധപൂർവം പറയുകയും ചെയ്തു.

ഏതായാലും ഒരു സുരക്ഷക്കുവേണ്ടി സ്ത്രീയോടും കൂടെയുണ്ടായിരുന്ന ആളോടും ചോദിച്ചപ്പോൾ സ്ത്രീ കരയാൻ തുടങ്ങി. കൂടെയുണ്ടായിരുന്ന ആൾ സ്റ്റേഷനിലേക്കാണെങ്കിൽ ഞങ്ങളെ ഇവിടെ ഇറക്കിവിട്ടേക്ക് എന്ന് ദേഷ്യപ്പെടുകയും ചെയ്തു. അങ്ങനെ ബസ് മുന്നോട്ടെടുത്തു.

പെരിന്തൽമണ്ണയിലെത്തി. മൂത്രമൊഴിച്ച് സ്വസ്ഥമാവാനും ചായകുടിക്കാനുമൊക്കെ 10 മിനിറ്റ് സമയമുണ്ട്. ആണുങ്ങൾക്കുള്ള ടോയ്‌ലറ്റിൽ നിരക്കനെ നിന്ന് മലയാളികളാവുകയാണ് ഞങ്ങൾ. അപ്പോഴതാ ഒരാൾ കൊടുങ്കാറ്റുപോലെ കടന്ന് വരുന്നു. എന്നിട്ട് മറ്റ് ചോദ്യമോ പറച്ചിലോ ഒന്നും കൂടാതെ മൂത്രമൊഴിച്ചുകൊണ്ട് നിന്നവരിൽ ഒരാളുടെ കരണക്കുറ്റി നോക്കി രണ്ടുമൂന്നടി. അടികൊടുക്കുന്നത് ബസ്സിലുണ്ടായിരുന്ന ഒരു യാത്രികനാണ്. അടി കൊള്ളുന്നത് നേരത്തേ പീഡനക്കേസിൽപ്പെട്ട് തല്ലു വാങ്ങിച്ച ആളും.

ഏതായാലും കത്തിച്ച സിഗരറ്റ് കളഞ്ഞ് ഡ്രൈവറും ഒരു കക്ഷത്തിൽ ക്യാഷ്ബാഗ് ഇറുക്കിപ്പിടിച്ച് ഞാനും ചേർന്ന് രക്ഷാപ്രവർത്തനം നടത്തി.

'ഹല്ല പിന്നെ' എന്നും പറഞ്ഞ് അടിച്ചയാൾ പിൻവാങ്ങിക്കഴിഞ്ഞ ശേഷമാണ് കാര്യങ്ങൾ വ്യക്തമാവുന്നത്. സൂചനകളൊന്നുമില്ലാതെ വന്ന് പ്രതിയെ അടിച്ചിട്ട് പോയ ആൾ ആ സ്ത്രീയുടെ ബന്ധുക്കളിൽ ഒരാളാണ്. ബസ്സിൽ തിരക്കായതിനാൽ അയാൾക്ക് പ്രതിക്ക് തല്ലുകൊടുത്ത സമയത്ത് അങ്ങോട്ടെത്താൻ പറ്റിയിരുന്നില്ല. ഇത്ര നേരവും സഹിച്ചിരുന്ന അയാൾ ഇപ്പോൾ വന്ന് കടം വീട്ടിയതാണ്.

ഏതായാലും പ്രതിയുടെ കണ്ണാടി മൂത്രത്തിൽ വീണ് പൊട്ടിയിരുന്നു. ചുണ്ട് തല്ലുകൊണ്ട് വീങ്ങിയിരുന്നു.

"നോക്ക്യേ സാറേ... വെറുതെ വന്ന് അടിക്ക്യാണ്. ന്റെ കണ്ണാടീം പോയി..." ചായ കുടിക്കുന്നിടത്തേക്ക് നടക്കവേ അയാൾ പറഞ്ഞു.

"അടി കിട്ട്യേത് ഇയാളുടെ കയ്യിലിരിപ്പോണ്ടല്ലേ?" ഡ്രൈവർ പറഞ്ഞു. "അതോണ്ട് കിട്ടിയത് വാങ്ങി മിണ്ടാതിരിന്നോ. ശരിക്കും പറഞ്ഞാ പൊലീസിൽ കൊടുക്കണ്ട കേസാ."

അയാൾ തലയും താഴ്ത്തി ബസ്സിലേക്ക് നടന്നു.

പെരിന്തൽമണ്ണ വിട്ട് ബസ് മുമ്പോട്ട് നീങ്ങി. വലിയ തിരക്കൊന്നു മില്ല. പ്രതി കണ്ടക്ടർ സീറ്റിനടുത്തൊരു സീറ്റിൽ തലയും കുമ്പിട്ടിരിപ്പാണ്. ഞാനയാളെ സൂക്ഷിച്ചുനോക്കി. മെലിഞ്ഞ് ഇരുനിറത്തിലുള്ള ഒരാൾ. മധ്യവയസ്സിനോടടുത്ത് പ്രായം. ഒരു പാവത്താൻ ഭാവം. കണ്ടാൽ അങ്ങനെയൊക്കെ ചെയ്യുമെന്ന് തോന്നുന്നില്ല.

എന്നാലോ ആൾക്കൂട്ടത്തിന്റെ തല്ല് കൊണ്ടപ്പോഴും ചീത്തവിളി കേട്ടപ്പോഴുമൊന്നും ഒരു പ്രതിഷേധവും പ്രതികരണവും കൂടാതെ അതൊക്കെ ഏറ്റുവാങ്ങുകയായിരുന്നു. തെറ്റുകാരനെപ്പോലെ. കുറച്ചുകഴിഞ്ഞപ്പോൾ ഞാൻ അയാളെ അടുത്തേക്ക് വിളിച്ചു. സംഭവിച്ചതെന്താണെന്ന് ചോദിച്ചറിഞ്ഞു. പറ്റിയത് പൂർണ്ണമായും തന്റെ പിശകാണെന്നയാൾ സമ്മതിച്ചു. ഒപ്പം ഇങ്ങനെകൂടി കൂട്ടിച്ചേർത്തു.

"എന്താന്നറിയില്ല മാഷേ, ബസ്സില് കേറിയാല്, ആൾക്കൂട്ടത്തിനിടക്ക് പെട്ടാല് എനിക്ക് ഇങ്ങനെയൊക്കെ തോന്നും. അപ്പം എനിക്കെന്നെ കൺട്രോൾ ചെയ്യാൻ പറ്റൂല്ല. കൊറേ സ്ഥലത്തൂന്ന് അടീം കിട്ടീട്ടുണ്ട്. ഇതൊരു സൂക്കേടാണോ?"

ഞാൻ അന്തംവിട്ട് തലയിൽ കൈവെച്ചുപോയി. ആണോ? ഇതൊര സുഖമാണോ? ആണെങ്കിൽ ഇതിന് വേറെ ചികിത്സയില്ലേ? ബസ് വഴി ക്കടവ് വിട്ട് നാടുകാണി ചുരം കയറുമ്പോൾ ഞാനാച്ചോദ്യം പിന്നേയും ചോദിച്ചു.

വെള്ളരിക്കുണ്ട്-ബളാൽ

കാസർഗോഡ് ജില്ലയുടെ കിഴക്കൻ ഭാഗമായ വെള്ളരിക്കുണ്ട് എന്ന മലയോരഭാഗത്തേക്ക് സുൽത്താൻ ബത്തേരിയിൽ നിന്ന് ഒരു ബസ് സർവ്വീസുണ്ട്. ഒന്നല്ല രണ്ട് സർവ്വീസുകൾ. ഒന്ന് രാവിലെയും മറ്റൊന്ന് ഉച്ചയ്ക്കും.

രണ്ട് കുടിയേറ്റമേഖലകളെ തമ്മിൽ ബന്ധിപ്പിക്കുന്ന ഈ ദീർഘദൂര സർവ്വീസിന്റെ ഓട്ടം ഒട്ടുമുക്കാലും വയനാട്, കണ്ണൂർ, കാസർഗോഡ് ജില്ലകളിലെ മലമ്പ്രദേശങ്ങളിലൂടെയാണ്. രാവിലെ പോവുന്ന ബസ് രാത്രിയോടെ തിരികെ ഹോം ഡിപ്പോയിൽ മടങ്ങിയെത്തുമ്പോൾ ഉച്ചയ്ക്കുശേഷം പോവുന്ന ബസ് പിറ്റേന്നാൾ പുലർച്ചെയാണ് ബളാലിൽ നിന്ന് മടങ്ങുക.

ഈ രണ്ട് സർവ്വീസുകളിലും ജോലിയെടുക്കാൻ ജീവനക്കാർക്ക് പൊതുവേ മടിയാണ്. പലതുണ്ടതിന് കാരണം. വളവും തിരിവും നിറഞ്ഞ പൊട്ടിപ്പൊളിഞ്ഞ റോഡിലൂടെ ഓടിയാലും ഓടിയാലും എത്തില്ല എന്നത് ഒരു കാര്യം. ഒരു വശത്തേക്കുള്ള വഴി താണ്ടുമ്പോൾ തന്നെ ആകെ ക്ഷീണിച്ച് വശം കെടും. കുണ്ടുകുഴി വഴിയിലൂടെയുള്ള യാത്രയ്ക്കിടെ ബസ് കേടുവന്ന് വഴിയിൽ കിടക്കേണ്ടി വരുന്നത് മറ്റൊരു കാര്യം. എങ്ങനെ ധൃതി പിടിച്ച് പാഞ്ഞാലും ഒരിക്കലും സമയത്ത് തിരികെ എത്തുകയില്ല എന്നത് വേറൊരു കാര്യം. ഇതൊക്കെക്കൊണ്ട് ബളാൽ സർവ്വീസിനെ 'ബലാൽ' എന്നുകൂടി ഡിപ്പോയിൽ വിളിക്കാറുണ്ടായിരുന്നു!

സീനിയറായ ജീവനക്കാർ മിക്കവരും പോകാൻ മടിക്കുന്ന ഈ സർവ്വീസ് മൂന്നുവട്ടം പോയപ്പോഴും എന്തെങ്കിലും കുഴപ്പം എനിക്ക് സംഭവിച്ചിട്ടുണ്ട്.

ആദ്യതവണ ചുരം കയറുന്നതിനിടെ വണ്ടി ബ്രേക്ക്ഡൗണായി വഴിയിൽ പെട്ടു. യാത്രക്കാരെ മറ്റു ബസ്സുകളിൽ കയറ്റിവിട്ടു എങ്കിലും മാനന്തവാടിയിൽ നിന്ന് മെക്കാനിക്കുമാർ വന്ന് കേടുതീർത്ത് മടങ്ങുന്നതുവരെ ആറേഴ് മണിക്കൂറുകളാണ് വെള്ളവും ഭക്ഷണവും കിട്ടാതെ ഒരിടത്ത് പെട്ടത്.

മറ്റൊരിക്കൽ കൊട്ടിയൂർ അമ്പലത്തിലെ ഇളനീരാട്ടവുമായി ബന്ധപ്പെട്ട തിരക്കിൽ പെട്ട് നാലരമണിക്കൂർ ആണ് കിടന്നത്.

ഒന്നൊത്താൽ മൂന്നൊക്കുമെന്ന പഴയൊരു പറച്ചിലുണ്ടോ? ഉണ്ടെങ്കിലും ഇല്ലെങ്കിലും മൂന്നാമത്തേതും അവസാനത്തേതുമായ യാത്രയിലും കിട്ടി എനിക്കൊരു സമ്മാനം.

വലിയ തിരക്കൊന്നുമില്ലാത്ത ഉച്ചയോടടുത്ത സമയമാണ്. ബളാലിൽ നിന്ന് മടങ്ങുകയാണ് ഞങ്ങൾ. പിറകിൽ നിന്ന് ഒരു ബഹളം.

"അയ്യോ, എന്റെ പോക്കറ്റടിച്ച് പോയേ..." എന്നൊരു കരച്ചിലൊച്ച. മധ്യവയസ്സ് പിന്നിട്ട ഒരു സ്ത്രീയാണ്. നോക്കിയപ്പോൾ ശരിയാണ്. അവരുടെ ചുമൽബാഗിന്റെ പുറത്തേക്ക് തൂങ്ങിക്കിടക്കുന്ന ഭാഗം കാണാനില്ല. സാധാരണയായി ആ കുഞ്ഞുപേഴ്സ് മൊബൈൽ ഫോൺ വെക്കാനാണ് ഉപയോഗപ്പെടുത്തുക. ഇവരതിൽ പണമാണ് സൂക്ഷിച്ചിരുന്നത്.

"എത്ര പണമുണ്ടായിരുന്നു?", "മറ്റെന്തെല്ലാമുണ്ടായിരുന്നു?" എന്ന് ചോദിച്ചപ്പോഴേക്കും ആ സ്ത്രീ കരയാൻ തുടങ്ങി.

വെള്ളരിക്കുണ്ട് നിന്നായിരുന്നു അവർ കയറിയത്. പിന്നെയാരും കയറുകയോ ഇറങ്ങുകയോ ഒന്നും ചെയ്തിട്ടില്ല എന്നാണ് തോന്നുന്നത്.

അപ്പോൾ പ്രതി ബസ്സിൽ തന്നെ ഉണ്ടെന്ന് അനുമാനിക്കണം. ആരേയും ഇറങ്ങാനനുവദിക്കാതെ ബസ് പോലീസ് സ്റ്റേഷനിലേക്ക് പോവണം. അങ്ങനെ വഴിയിലൊരിടത്ത് ഇടമുണ്ടാക്കി ബസ് തിരിച്ചു. വണ്ടി തിരികെ വെള്ളരിക്കുണ്ട് പോലീസ് സ്റ്റേഷനിലേക്ക് കുതിച്ചു.

ബസ്സിലെ ഡ്രൈവറും കണ്ടക്ടറുമൊഴികെ എല്ലാവരും സംശയിക്കപ്പെടുന്നവരായി. രണ്ട് വാതിലുകളിലും വന്ന് നിന്ന് വനിതാ പൊലീസുകാർ ഉൾപ്പടെ ഓരോരുത്തരെയായി പരിശോധിക്കാൻ തുടങ്ങി. ബാഗും സാധനങ്ങളും ഉടുപ്പിന്റെ പോക്കറ്റും ഒന്നും വിട്ട് പോവാത്ത പരിശോധന.

പക്ഷേ നഷ്ടപ്പെട്ട പണപ്പേഴ്സ് മാത്രം കണ്ടുകിട്ടിയില്ല. നിയമവിരുദ്ധമായി കൈവശം വെച്ചിരുന്ന ഒരു ഹാൻസിന്റെ പാക്കറ്റ് മാത്രമാണ് അനധികൃതമായി കണ്ടെടുക്കാനായത്!

ആ സ്ത്രീ വീണ്ടും കരയാൻ തുടങ്ങി.

"എത്ര പണമുണ്ടായിരുന്നു പേഴ്സിൽ?"

പരിശോധനയ്ക്ക് നേതൃത്വം നൽകിയ എ.എസ്.ഐ. തറപ്പിച്ച് ചോദിച്ചപ്പോൾ ശബ്ദമല്പം താഴ്ത്തി ആ സ്ത്രീ സത്യം പറഞ്ഞു.

"പന്ത്രണ്ട് രൂപ."

"പന്ത്രണ്ട് രൂപയോ" എന്ന് എ.എസ്.ഐ. തലയിൽ കൈവെച്ച് തിരികെ ചോദിച്ചതോടെ സ്റ്റേഷൻ മുറ്റത്ത് പൊട്ടിച്ചിരിയുയർന്നു.

അതോടെ ആളുകൾ ഇതിനാണോ ഇക്കണ്ട ജനത്തിനെയാകെ ചുറ്റിച്ചത് എന്നും ഓരോരോ ശല്യം എന്നും മറ്റും പിറുപിറുത്തുകൊണ്ട് ബസ്സിലേക്ക് മടങ്ങിത്തുടങ്ങി.

എന്നെ അദ്ഭുതപ്പെടുത്തിയ മറുപടി പിന്നെയാണ് ആ സ്ത്രീയിൽ നിന്നുണ്ടായത്.

"പൈസ പോയേലല്ല സാറെ എനിക്ക് സങ്കടം."

"അക്കൂട്ടത്തിൽ വിഘ്നങ്ങളൊഴിയാൻ വേണ്ടിയുള്ള ഒരു ഏലസ്സു മുണ്ടായിരുന്നു."

ഏതായാലും നഷ്ടപ്പെട്ട ഏലസ്സ് വഴിയിലുണ്ടാക്കിയ വിഘ്നവും സമയനഷ്ടവും മറി കടക്കാൻ ഡ്രൈവർ ബസ് ആഞ്ഞ് കാല് കൊടുത്തു വിട്ടു.

ഫോറസ്റ്റ്കാർക്ക് ഈ ബസ്സിലെന്ത് കാര്യം?

കെ.എസ്.ആർ.ടി.സി. ബസ്സുകൾക്ക് അത്യപൂർവമായി മാത്രമേ പൊലീസ് കൈ കാണിക്കാറുള്ളൂ. പരിശോധിക്കാറുള്ളു. അതൊരുപക്ഷേ ഒരു കാക്കിക്ക് വേറൊരു കാക്കിയോടുള്ള ഇഷ്ടം കൊണ്ടാവുമോ!

അതെന്തായാലും പ്രൈവറ്റ് ബസ്സടക്കമുള്ള സകല വാഹനങ്ങളും തടഞ്ഞു നിർത്തിയും വളവിൽ നിന്ന് ചാടിവീണും ഓടിച്ചിട്ടു പിടിച്ചും രേഖകൾ പരിശോധിക്കാറുള്ള പൊലീസ് സംഘമൊരിക്കലും അക്കാര്യത്തിനായി ബസ്സിൽ കയറിവന്നിട്ടുള്ളത് എന്റെ ഓർമ്മയിലില്ല. അങ്ങനെ കേറി വന്ന് എന്നോട് കണ്ടക്ടർ ലൈസൻസോ മറ്റോ ചോദിച്ചിരുന്നെങ്കിൽ ഞാൻ പെട്ടുപോയേനെ. കാരണം തീരെ വെല്ലുവിളിയില്ലാത്തതിനാൽ ഞാൻ വീട്ടിൽ പരണത്ത് എങ്ങാണ്ട് കേറ്റി വച്ചിരിക്കുകയായിരുന്നു എന്റെ കണ്ടക്ടർ ലൈസൻസ്.

ജീവനക്കാരുടേത് പോവട്ടെ, നിരത്തിലിറങ്ങുന്ന വാഹനങ്ങളുടെ പുക പരിശോധിച്ച സർട്ടിഫിക്കറ്റടക്കമുള്ള മറ്റ് പ്രമാണങ്ങൾ ബസ്സിലുണ്ടാവാറുണ്ടോ? ഉണ്ടാവുമായിരിക്കും. ഒരുവേള ഞാൻ കാണാത്തതുകൊണ്ടാവും!

രേഖാപരിശോധനക്കല്ലാതെയെങ്കിലും ചില കെ.എസ്.ആർ.ടി.സി. ബസ്സുകൾ തടഞ്ഞുനിർത്തി പൊലീസ് പരിശോധിക്കാറുണ്ട്. അത് കുഴൽപ്പണവേട്ട നടത്താൻ വേണ്ടിയാണ്. മിക്കപ്പോഴും രഹസ്യവിവരം കിട്ടിയതിന്റെ അടിസ്ഥാനത്തിലുമായിരിക്കും. ബത്തേരി-കോഴിക്കോട് റൂട്ടിൽ സർവ്വീസ് നടത്തുമ്പോൾ ഇത്തരത്തിൽ പല അനുഭവങ്ങളുമുണ്ടായിട്ടുണ്ട്.

എനിക്ക് തോന്നുന്നത് കാറുകളും ഇതര സ്വകാര്യ വാഹനങ്ങളും ഉപയോഗിക്കുന്നതിനേക്കാൾ കൂടുതൽ പണംകടത്ത് സംഘങ്ങൾ കള്ളപ്പണം കൊണ്ടുപോവാൻ ഉപയോഗിക്കുന്നത് സാധാരണ പാസഞ്ചർ വാഹനങ്ങളാണെന്നാണ്.

വഴിയിലെവിടെയെങ്കിലും നിന്ന് അപ്രതീക്ഷിതമായിട്ടാണ് പൊലീസുകാർ കൈകാട്ടി കയറുക. പരിശോധനയ്ക്ക് ഒരു പ്രത്യേകരീതിയുണ്ട്.

രണ്ട് ഡോറുകളും ഡ്രൈവറുടെ വാതിലും ഓരോരോ പൊലീസുകാർ വളഞ്ഞുനിൽക്കും.

ഒന്നു രണ്ട് പേർ അകത്ത് കയറി പ്രതികളെ കൃത്യം കൃത്യമായി പണമടക്കം പിടികൂടും. മിക്കവാറും അത് ഒളിപ്പിച്ചിരിക്കുക വെറും സാധാരണ തുണിക്കടക്കവറുകളിലായിരിക്കും. അല്ലെങ്കിൽ പഴയ ചുമൽ ബാഗുകളിൽ. ഏതായാലും ബസ് ജീവനക്കാർക്കോ മറ്റ് യാത്രികർക്കോ കാര്യമായ പ്രയാസങ്ങളൊന്നും കൂടാതെ കള്ളപ്പണ ഓപ്പറേഷൻ 'എടിപിടീ'ന്ന് ഓവർ ആവും. പിറ്റേന്നാൾ പത്രത്തിൽ വായിക്കാം പിടിച്ച തുകയുടേയും പ്രതികളുടേയും പോലീസ് സംഘത്തിന്റേയും വിവരങ്ങൾ.

ഒരു തവണ സുൽത്താൻ ബത്തേരിയിലെ ഭാരത് എന്ന് പേരായ ഒരു തുണിക്കടയുടെ ഒട്ട് പഴയൊരു പെട്ടിയും പിടിച്ച് ബസ്സിൽ കയറിയ രണ്ട് പേരെ ഈങ്ങാപ്പുഴ വെച്ച് പൊലീസ് കൃത്യമായി പൊക്കിക്കൊണ്ട് പോയത് ഞാൻ ഓർക്കുന്നു.

താടിയും മീശയും വടിച്ച് മിനുക്കിയ ഈ പയ്യൻമാരെങ്ങോട്ടാ ഈ പഴയക്കാട്ടു പെട്ടിയും പിടിച്ച് പോകുന്നത് എന്ന് അവർക്ക് ടിക്കറ്റ് മുറിച്ചപ്പോൾ ഞാൻ ഓർക്കാതെയല്ല. പക്ഷേ എന്റേത് പൊലീസുബുദ്ധിയല്ലാത്തതിനാൽ ഞാനതിൽ കൂടുതലൊന്നും സംശയിച്ചതുമില്ല.

ഏതായാലും ചുരമിറങ്ങിയപാടെ വഴിവിലങ്ങിയ പൊലീസ് പയ്യന്മാരെ നൈസായി പൊക്കി വണ്ടിയിലിട്ട് കൊണ്ടുപോയി. മുപ്പത് ലക്ഷം ബ്ലാക്കുണ്ടായിരുന്നത്രേ ആ ഇത്തിരിക്കുഞ്ഞൻമാരുടെ പെട്ടിയിൽ!

പിന്നീട് റവന്യൂവകുപ്പിൽ ജോലികിട്ടിയ ശേഷം ഒരു തിരഞ്ഞെടുപ്പ് സമയത്ത് അതിർത്തിയിൽ പൊലീസിന്റെ സഹായത്തോടെ വാഹന പരിശോധന നടത്തവേ ഒരാളുടെ കയ്യിൽ നിന്ന് 956 എണ്ണം ഹാൻസിന്റെ പാക്കറ്റുകൾ കണ്ടുകിട്ടിയത് ഞാൻ ഓർമ്മിക്കുന്നു. ഒരു കവചം പോലെ ദേഹത്ത് കെട്ടിവെച്ചിരിക്കുകയായിരുന്നു. അതിനു മേലെ ഷർട്ടും ജാക്കറ്റുമുണ്ടായിരുന്നു. (മുത്തങ്ങയിലെ അതിർത്തിയിൽ ബസ്സിൽ നടത്തിയ പരിശോധനയിൽ കണ്ടെടുത്ത പാക്കറ്റുകളുടെ എണ്ണം കൃത്യം ഓർമ്മിക്കാൻ കാരണം അത് എണ്ണിത്തിട്ടപ്പെടുത്തി രേഖ എഴുതിയുണ്ടാക്കിയത് ഞാനായിരുന്നു എന്നതിനാലാണ്)

പറഞ്ഞുവന്നത് പൊലീസുകാരെക്കുറിച്ചാണെങ്കിലും പറയാനുള്ളത് ഫോറസ്റ്റുകാരെക്കുറിച്ചാണ്. പൊലീസുകാർ ബസ്സിൽ കയറി പരിശോധന നടത്തുന്ന പതിവുണ്ടെങ്കിലും അത്യപൂർവ്വമായാണ് ഫോറസ്റ്റുദ്യോഗസ്ഥർ കൈ കാണിക്കാറുള്ളത്. ഞാൻ ബത്തേരി-ഗുണ്ടൽപേട്ട റൂട്ടിൽ സർവ്വീസ് നടത്തുമ്പോൾ ഒരു സംഭവമുണ്ടായി.

മധൂരിലെ ഫോറസ്റ്റ് ചെക്പോസ്റ്റ് കഴിഞ്ഞ് വനമേഖലയിലൂടെ ഓടുകയാണ് ബസ്. അപ്പോഴതാ വരുന്നു പിറകെ ഹോൺ മുഴക്കിക്കൊണ്ട്

ഒരു ജീപ്പ്. കർണ്ണാടക ഫോറസ്റ്റ് വകുപ്പിന്റേതാണ്. എന്തോ അത്യാവശ്യ മുണ്ടാവുമെന്ന് കരുതി ഡ്രൈവർ ആലിക്ക ബസ് ഒതുക്കി സൈഡ് നൽകി. പക്ഷേ അവരുടെ ലക്ഷ്യം ഞങ്ങളുടെ ബസ് തന്നെയായിരുന്നു. ജീപ്പ് മുമ്പിൽ കയറ്റി വട്ടം വച്ച് ബസ് തടഞ്ഞു. ജീപ്പിൽ നിന്ന് കുറച്ച് കാക്കി ക്കാർ ചാടിയിറങ്ങി. എന്താവും പ്രശ്നം എന്നറിയാതെ ഞങ്ങൾ അന്തം വിട്ടു. ബസ് വല്ല വന്യമൃഗത്തേയും തട്ടിക്കാണുമോ? അങ്ങനെയൊന്ന് സംഭവിച്ചതായി ഓർമ്മയില്ല. വേറെയെന്താവും കാര്യം?

ലോകത്തുള്ള ഒരു നിയമവും തങ്ങൾക്ക് ബാധകമല്ലെന്ന മട്ടിൽ ഇട പെടുന്നവരാണ് കർണ്ണാടക ഫോറസ്റ്റുകാർ എന്നൊരു ആക്ഷേപപ്പറച്ചി ലുണ്ട്.

ഏതായാലും ആലോചനകളെ മുറിച്ചുകൊണ്ട് രണ്ടുമൂന്ന് ഉദ്യോഗ സ്ഥർ ബസ്സിനുള്ളിലേക്ക് ചാർജ് ചെയ്ത് കയറി. പിന്നെ അടിയായിരുന്നു. ഏറ്റവും പിറകിലെ സീറ്റിലിരിക്കുന്ന രണ്ട് ചെറുപ്പക്കാരെ. ഒപ്പം കന്നട യിൽ നല്ല ചീത്തയും വിളിക്കുന്നുണ്ട്.

ആ രണ്ട് പേരെ ഞാനോർക്കുന്നുണ്ട്. മധൂരിനും കുറച്ച് മുമ്പ് ഒരു സ്റ്റോപ്പിൽ നിന്നാണവർ കയറിയത്. കൂടെ രണ്ട് ചെറുചാക്കുകളുമുണ്ടാ യിരുന്നു. അവർക്ക് ടിക്കറ്റ് മുറിച്ചു നൽകി ഞാൻ സീറ്റിൽ വന്നിരുന്നിട്ട് ഏറെ നേരമായിരുന്നില്ല.

ഏതായാലും എന്തിനാണാ ചെറുപ്പക്കാരെ തല്ലുന്നത് എന്ന് ചോദിച്ച പ്പോൾ ഫോറസ്റ്റുകാർ പറഞ്ഞ മറുപടി കേട്ടപ്പോഴാണ് അന്തം വിട്ടത്. യാത്രികരുടെ കൈവശം ഉണ്ടായിരുന്ന രണ്ട് ചാക്കുകളിൽ നിറയെ കറപ്പ ത്തോലായിരുന്നത്രേ.

കേരളത്തിലേക്ക് കടത്തിയാൽ വലിയ ഡിമാന്റുള്ള അത് കാടിന്റെ അതിരിലെവിടെയോ നിന്ന് ചെത്തി ചാക്കിലാക്കി വളരെ ലളിതമായി കടത്താൻ ശ്രമിക്കുകയായിരുന്നു. അതിനിടയിൽ ഫോറസ്റ്റുകാർ കൃത്യ മായി രഹസ്യവിവരം കിട്ടി എത്തിച്ചേർന്നതുകൊണ്ട് മാത്രം പ്രതികൾക്ക് പിടിവീണു. ബസ്സിലെ കാക്കിക്കാർക്ക് ഒരു താങ്ക്സ് പറഞ്ഞ്, പ്രതികൾക്ക് രണ്ടടികൂടി കൊടുത്ത് അവരേയുംകൊണ്ട് കാട്ടിലെ കാക്കിക്കാർ പോയ ശേഷം ഞാൻ ആലോചിച്ചു നോക്കി: യാത്രയ്ക്കായി മാത്രം ഡിസൈൻ ചെയ്യപ്പെട്ട ഒരു വാഹനം എത്ര ലളിതമായാണ് ഇല്ലീഗലായ കാര്യങ്ങൾക്ക് ഉപയോഗപ്പെടുത്തുന്നത് എന്ന്.

പറഞ്ഞു കേട്ടിട്ടുണ്ട് ബാംഗ്ലൂരിനും കേരളത്തിലെ ചില സ്ഥലങ്ങൾ ക്കുമിടയ്ക്ക് രാത്രി സർവ്വീസ് നടത്തുന്ന സ്വകാര്യ സ്ലീപ്പർ, സെമി സ്ലീപ്പർ ബസ്സുകൾ കാലിയോടിയാലും ലാഭമായിരിക്കുമെന്ന്! അതിന് കാരണം യാത്രക്കാരുടെ ലഗ്ഗേജ് എന്ന വ്യാജേന ഡിക്കിയിൽ വച്ച് കടത്തുന്ന സാധനങ്ങളുടെ മൂല്യം മാത്രമാണ്. ചിലപ്പോഴൊക്കെ ബസ് ജീവനക്കാർ പോലുമറിയാതെയാണത്രേ ഈ കടത്ത്. വലിയ വലിയ കച്ചവട-

ധനകാര്യസ്ഥാപനങ്ങളുടേയും മതസ്ഥാപനങ്ങളുടേയും പേരുകൾ ഇങ്ങനെ ആരോപിക്കപ്പെട്ട് കേട്ടിട്ടുണ്ട്.

വാരാദ്യമോ വാരാന്ത്യമോ അല്ലാത്ത സമയത്ത് ചിലപ്പോഴെല്ലാം രണ്ടും മൂന്നും ആളെ വെച്ച് മാത്രം സർവ്വീസ് നടത്തുന്ന ഈ രാത്രി കാല ലക്ഷ്വറി ബസ്സുകൾ കാണുമ്പോൾ ഈ സംശയം പ്രബലപ്പെടാറുമുണ്ട്.

മറ്റൊരു കാര്യം കൂടി ഞാൻ ഓർക്കാതിരുന്നില്ല. അകത്തുള്ളതെന്തെന്ന് അന്വേഷിക്കാനവകാശമില്ലാതെ ഭാരവും വിസ്താരവും മാത്രം കണക്കിലെടുത്ത് ലഗ്ഗേജിന് ടിക്കറ്റ് നൽകുന്ന കണ്ടക്ടറും മേൽ പരിശോധനയ്ക്ക് കയറുന്ന ചെക്കിംഗ് ഇൻസ്പെക്ടറുമറിയാതെ എത്ര വിരുതന്മാർ പാവം സർക്കാർ വാഹനത്തെ അനധികൃതകടത്തിന് ഉപയോഗിച്ചിട്ടുണ്ടാവില്ല!

എന്തുകൊണ്ട് ആനവണ്ടി?

കറുകറുത്ത റോഡ്, അതിലൂടെ തലയെടുപ്പോടെ കുതിച്ചുവരുന്ന ആന വണ്ടി. വാഹ്! അതൊരു കാഴ്ച തന്നെയാണ്.

നടന്ന് പോവുന്ന ആനയെ തന്നെയും പിന്നെയും നോക്കിനിൽക്കുന്നതുപോലെ റോഡിൽ നിന്ന് മായുവോളം നോക്കിനിൽക്കാൻ തോന്നാറുണ്ട് ഈ ആനബസ്.

സംസ്ഥാനത്തിനകത്ത് എവിടേക്കുള്ളതാണെങ്കിലും യാത്രയെക്കുറിച്ചോർക്കുമ്പോൾ ആദ്യം മനസ്സിലേക്ക് വരിക കെ.എസ്.ആർ.ടി.സി. ബസ് തന്നെയാണ്. എവിടെനിന്ന് എവിടേക്കാണിപ്പോൾ ബസ്സില്ലാത്തത്! എല്ലായിടത്തേക്കും മികച്ച കണക്ടിവിറ്റിയുണ്ട്.

എന്തുകൊണ്ട് ആനവണ്ടി എന്ന ചോദ്യത്തിന് എനിക്ക് ഒരുപാട് ഉത്തരങ്ങളുണ്ട്. യാത്രയിൽ ഏറ്റവും സുരക്ഷിതത്വബോധം തോന്നാറുള്ളത് കെ.എസ്.ആർ.ടി.സിയിൽ സഞ്ചരിക്കുമ്പോഴാണ് എന്നതാണ് അക്കാര്യത്തിൽ ഏറ്റവും പ്രധാനപ്പെട്ടത്. തീർച്ചയായും എന്റെ യാത്ര പൂർത്തിയായിരിക്കും എന്ന സുരക്ഷിതത്വബോധം എനിക്ക് കെ.എസ്. ആർ.ടി.സി. തരുന്നു.

അതിനേക്കാൾ വലിയ എന്ത് ഗ്യാരണ്ടിയാണ് വേണ്ടത്!

കെ.എസ്.ആർ.ടി.സിക്ക് വൃത്തി കുറവാണ്, വേഗതയും കുറവാണ്. പാട്ടുണ്ടാവാറില്ല. താരതമ്യപ്പെടുത്തുമ്പോൾ ചാർജ് കൂടുതലാണ്. ഇങ്ങനെയൊക്കെയാണെങ്കിലും ആളുകൾക്ക് കെ.എസ്.ആർ.ടി.സിയെ ഇഷ്ടമാണ്. അതെനിക്ക് തീർച്ചയുണ്ട്.

എന്തുകൊണ്ട് കെ.എസ്.ആർ.ടി.സി.? ഈ ചോദ്യം ജോലി ചെയ്തിരുന്ന കാലത്തും പിന്നീടും തെല്ലൊരു ഗവേഷണബുദ്ധിയോടെ ഞാൻ യാത്ര ചെയ്യുന്നവരോട് ചോദിക്കാറുണ്ട്.

ആനവണ്ടി പ്രിയപ്പെട്ടതാവാൻ ഓരോരുത്തർക്കുമുണ്ട് ഓരോരോ കാരണങ്ങൾ. മിക്കവർക്കും കെ.എസ്.ആർ.ടി.സി. നൽകുന്നത് അപകടമില്ലായാത്രയുടെ സുരക്ഷിതത്വബോധം തന്നെയാണ്.

കെ.എസ്.ആർ.ടി.സി. ബസ്സുകൾ അപകടത്തിൽ പെടാറില്ലേ എന്നാവും ചോദ്യം അല്ലേ? ഉണ്ട്. പക്ഷേ താരതമ്യപ്പെടുത്തുമ്പോൾ അപകടനിരക്ക് എത്രയോ കുറവാണെന്ന് കണക്കുകൾ കാണിക്കുന്നു. ആ സ്ഥാപനത്തിന്റെ വർക്ക് സംസ്കാരവും ജീവനക്കാർക്കു നൽകുന്ന പരിശീലനവും തന്നെയാണ് ഇക്കാര്യത്തിൽ വ്യത്യാസമുണ്ടാക്കുന്നത്. അഞ്ചോ പത്തോ മിനിറ്റ് വൈകിയാലും സുരക്ഷിതവും സുഗമവുമായി എത്തുന്നതാണ് കെ.എസ്.ആർ.ടി.സിയുടെ മുൻഗണന.

പാട്ടില്ലെങ്കിലും (ഇപ്പോൾ കുറേ ബസ്സുകളിൽ പാട്ടുമുണ്ട്) വൃത്തിയായി കാല് നിവർത്തിവെച്ച് യാത്രചെയ്യാം ഏതൊരു കെ.എസ്.ആർ. ടി.സി. ബസ്സിലും. കുറച്ചേറെ പേർ ഇതൊരു പ്രധാനപ്പെട്ട കാരണമായി പറയാറുണ്ട്. സ്വകാര്യബസ്സുകൾ കൂടുതൽ ആളുകളെ കയറ്റാനായി സീറ്റുകൾ സാധ്യമായത്രയും അടുപ്പിച്ച് ഘടിപ്പിക്കുകയാണ് ചെയ്യാറ്. കുറച്ച് പേർക്ക്കൂടി അധികം കയറാമെങ്കിലും ഇരിക്കുന്ന ആളുകളുടെ 'കംഫർട്ട്' ഈ ഞെരുങ്ങിയിരിക്കലിൽ നഷ്ടമാവുന്നു.

ഇനിയും ചിലർക്ക് കെ.എസ്.ആർ.ടി.സി. ഒരു നൊസ്റ്റാൾജിയയാണ്. ചെറുപ്പം മുതലേ കാണുന്ന ചുവന്ന ബസ്സുകൾ. വയനാട് പോലുള്ള കുടിയേറ്റ മേഖലകളിൽ വന്ന് പാർപ്പുറപ്പിച്ചവർക്ക് തങ്ങളുടെ നാടുമായി ഒരു പൊക്കിൾകൊടി ലിങ്ക് കൂടിയാണ് സർക്കാർ ബസ്. വയനാട്ടിലേയും കണ്ണൂരിലേയും കോഴിക്കോട്ടേയും വിവിധ മലമ്പ്രദേശങ്ങളിൽ നിന്ന് പാലായിലേക്കും കോട്ടയത്തേക്കും പത്തനംതിട്ടയിലേക്കും കൊല്ലത്തേക്കും തിരുവനന്തപുരത്തേക്കുമെല്ലാം എത്ര ബസ്സുകളാണ് കെ.എസ്.ആർ. ടി.സി. ഓടിക്കുന്നത്. ഏതെങ്കിലുമൊന്നിൽ കയറിയിരുന്ന് ഒന്നുറങ്ങി പുലരുമ്പോഴേക്കും തങ്ങളുടെ പ്രിയപ്പെട്ട വേരുകളിലേക്ക് ചെന്ന് ചേരുകയായി.

എന്തൊക്കെയായാലും ആളുകൾക്ക് കെ.എസ്.ആർ.ടി.സിയെ ഇഷ്ടമാണ്. സിനിമക്കാർക്കും കളിക്കാർക്കും മാത്രമല്ല കെ.എസ്.ആർ. ടി.സിക്കും ഉണ്ട് ഫാൻ ക്ലബ്ബുകൾ. പലയിടങ്ങളിലും പല പേരുകളിലുമുള്ള ഇത്തരം കൂട്ടായ്മകൾ കണ്ടിട്ടുണ്ട്. ഓൺലൈനിലുമുണ്ട് ധാരാളം കൂട്ടായ്മകൾ. 'ആനവണ്ടി' എന്ന പേരിൽ തന്നെയുള്ള വെബ്സൈറ്റും അതിന്റെ പ്രവർത്തനങ്ങളും പ്രസിദ്ധമാണല്ലോ. കെ.എസ്.ആർ.ടി.സിയുടെ ടൈമിങ്ങുകളും ഇതര സേവനങ്ങളുമൊക്കെ അറിയാൻ ഔദ്യോഗിക സംവിധാനങ്ങളേക്കാൾ ആളുകൾ 'ആനവണ്ടി' ആപ്പ് ഉപയോഗപ്പെടുത്തുന്നത് കണ്ടിട്ടുണ്ട്. ഇത് കൂടാതെ അസംഖ്യം കൂട്ടായ്മകളുണ്ട് ഓൺലൈനിലും ഓഫ്ലൈനിലും കെ.എസ്.ആർ.ടി.സിയെ ഇഷ്ടപ്പെടുന്നവരുടേതായി.

പ്രൈവറ്റ് ബസ്സുകൾ സ്വൈര്യവിഹാരം നടത്തുന്ന റോഡുകളിൽ സർവ്വീസ് നടത്തുന്ന കെ.എസ്.ആർ.ടി.സിയെ ഞെരുക്കാൻ അവർ ശ്രമിക്കുന്നത് പതിവാണ്. വണ്ടിപ്പണി ഭാഷയിൽ പറഞ്ഞാൽ 'വലിച്ച് ഓടൽ'

എന്നാണിത് അറിയപ്പെടുക. സ്റ്റാന്റിൽ നിന്ന് കെ.എസ്.ആർ.ടി.സിക്കു മുമ്പേ പുറപ്പെടുന്ന പ്രൈവറ്റ് ബസ് പരമാവധി ഇഴഞ്ഞ് ലൈനിൽ കെ. എസ്.ആർ.ടി.സിയുടെ തൊട്ടുമുമ്പ് വരെ വൈകിയോടുന്നു. അങ്ങനെ കെ.എസ്.ആർ.ടി.സിയുടെ കളക്ഷൻ കൂടി ഓടി നേടിയെടുക്കുന്നു. പിന്നെ ട്രിപ്പ് ഫിനിഷ് ചെയ്യേണ്ട സമയമാവുമ്പോൾ അതിവേഗത്തിൽ ഓടി സമയത്ത് തന്നെ ഫിനിഷ് ചെയ്യുകയും ചെയ്യുന്നു. ആ ഞെരുക്കലിന് മൊബൈൽ ഫോണാണ് അവർ ഉപയോഗപ്പെടുത്തുക. അതേ റൂട്ടിൽ ഓടുന്ന പ്രൈവറ്റ് ബസ്സുകളിലെ ക്ലീനർമാർ തമ്മിൽ ഫോണിൽ ബന്ധപ്പെട്ട് കെ.എസ്.ആർ.ടി.സിയുടെ സ്ഥാനം നിർണ്ണയിച്ചാണ് വേഗനിയന്ത്രണം നടപ്പിൽ വരുത്തുക.

കെ.എസ്.ആർ.ടി.സി. ബസ്സുകൾ സ്ഥിരമായി അള്ളുവെച്ച് പഞ്ചറാക്കാൻ ശ്രമിക്കുന്ന ഒരു വാർത്ത കണ്ണൂർ ഭാഗത്തുനിന്ന് ഈയിടെ വന്നിരുന്നു. പിടികൂടിയപ്പോൾ പ്രതികൾ മറ്റാരുമായിരുന്നില്ല.

ഡ്രൈവിംഗ് സീറ്റിൽ നായ്ക്കുരണപൊടി കൊണ്ടിട്ട ഒരു സംഭവവും സുൽത്താൻ ബത്തേരിലുണ്ടായി. പെരിക്കല്ലൂരിൽ നിന്ന് അടൂരിലേക്ക് വൈകീട്ട് പുറപ്പെടുന്ന ബസ്സിലെ ഡ്രൈവറെ ദേഹമാസകലം ചൊറിഞ്ഞ് തടിച്ച് ആശുപത്രിയിൽ പ്രവേശിപ്പിക്കേണ്ടി വന്നു.

റൂട്ടിലെ ഈ ഞെരുക്കലിനെതിരെ യാത്രക്കാരുടെ കൂട്ടായ്മ തന്നെ രംഗത്തിറങ്ങി വിജയം വരിച്ച ഒരനുഭവമുണ്ട് വയനാട്ടിലെ സുൽത്താൻ ബത്തേരി - മാനന്തവാടി റൂട്ടിൽ.

നാട്ടുകാർ തന്നെ രംഗത്തിറങ്ങി സ്വകാര്യ ബസ്സുകൾ സമയക്രമം പാലിക്കാൻ നിർദ്ദേശിക്കുകയും ആവശ്യമുള്ളപ്പോഴൊക്കെ തടഞ്ഞിടുകയും ചെയ്തു. കെ.എസ്.ആർ.ടി.സി. ബസ്സുകളിൽ മാത്രം കയറുക എന്ന പ്രചാരണവും ഇവർ നടത്തി. കേണിച്ചിറ പോലുള്ള ചില സ്ഥലങ്ങളിലെ കടകളിലേക്ക് ഫോൺചെയ്ത് കണ്ടക്ടർമാർക്ക് പ്രൈവറ്റ് ബസ്സുകളുടെ പാസ്സിംഗ് ടൈം അറിയാനുള്ള ക്രമീകരണങ്ങളും ഏർപ്പെടുത്തി. അങ്ങനെ പ്രൈവറ്റ് ബസ്സുകളുടെ മാത്രം കുത്തകയായിരുന്ന ബത്തേരി മാനന്തവാടി റൂട്ടിലെ യാത്രാക്ലേശത്തിനാശ്വാസമായിക്കൊണ്ട് കെ.എസ്. ആർ.ടി.സിയും തുല്യപ്രാധാന്യവും കളക്ഷനും നേടാൻ തുടങ്ങി.

യാത്രയ്ക്ക് കെ.എസ്.ആർ.ടി.സിയെ മാത്രം ആശ്രയിക്കുന്ന ഒരുപാട് പേരെ പരിചയപ്പെടാൻ അവസരം ലഭിച്ചിട്ടുണ്ട്. സാമൂഹ്യമാധ്യമങ്ങളിലും മറ്റും കുറേയേറെ എഴുത്തുകളും മറ്റും വായിക്കുകയും ചെയ്തിട്ടുണ്ട്. സ്ഥിരമായി കയറിക്കൊണ്ടിരുന്ന ബസ് മറ്റൊരു ഡിപ്പോയിലേക്ക് മാറ്റിയപ്പോൾ അത് തിരികെയെത്തിക്കാനപേക്ഷിച്ച് ഒരു പെൺകുട്ടി നടത്തിയ ഫോൺവിളി പ്രസിദ്ധമാണല്ലോ.

ബസ് കേടാവുകയോ ഇതരതടസ്സങ്ങളുണ്ടാവുകയോ ചെയ്യുമ്പോൾ കെ.എസ്.ആർ.ടി.സി. നമ്മളെ പെരുവഴിയിലുപേക്ഷിക്കില്ല എന്നതാണ്

ആലപ്പുഴ-ചങ്ങനാശ്ശേരി റൂട്ടിലെ സ്ഥിരം യാത്രക്കാരിയായ ഒരു പെൺകുട്ടി അഭിപ്രായപ്പെട്ടത്. ബസ് ബ്രേക്ക് ഡൗണാവുമ്പോൾ ബി.ഡി. ചിറ്റ് ഉണ്ടാക്കി പിന്നാലെ വരുന്ന പല ബസ്സുകളിലായി കയറ്റിവിടുന്ന കെ. എസ്.ആർ.ടി.സിയുടെ ഉത്തരവാദിത്വം പ്രധാനപ്പെട്ടതാണ്. പ്രൈവറ്റ് ബസ്സുകൾ മിക്കപ്പോഴും റീഫണ്ട് നൽകി കൈകഴുകാറാണ് പതിവ്.

ആഘോഷങ്ങളുടേയും ഉൽസവങ്ങളുടേയും സമയത്ത് മാത്രമല്ല പ്രളയത്തിന്റേയും രോഗത്തിന്റേയുമെല്ലാം കാലത്തും സർവ്വീസ് നിർത്തി വെക്കാറില്ല കെ.എസ്.ആർ.ടി.സി. നിപ വന്നപ്പോൾ മറ്റുള്ള വാഹനങ്ങളൊക്കെ പിൻവലിഞ്ഞപ്പോൾ മുഖം മൂടുന്ന മാസ്ക് ധരിച്ച് സർവീസ് നടത്തിയ ജീവനക്കാരെ നാം കണ്ടു. സംസ്ഥാനത്തെ ആകെ ഉലച്ച പ്രളയം വന്നപ്പോഴും സ്ഥിതി വ്യത്യസ്തമായിരുന്നില്ല. സാധ്യതയുണ്ടായിരുന്ന എല്ലാ വഴികളിലൂടെയും ബസ്സോടിച്ചു കെ.എസ്.ആർ.ടി.സി. ട്രെയിൻ ഗതാഗതം പോലും താറുമാറായപ്പോൾ പലയിടത്തും പെരുവഴിയിൽ കുരുങ്ങിപ്പോയ മനുഷ്യർക്ക് തുണയായത് നിറയെ ആളുകളെ കയറ്റി ഓടിയ സർക്കാർ ബസ്സുകൾ തന്നെയാണ്. തീരെ നിവൃത്തിയില്ലാതെ നിരത്ത് കാണാൻ പറ്റാത്ത സാഹചര്യത്തിൽ മാത്രമാണ് സർവീസ് നിർത്തി വെച്ചത്. അവ തന്നെ പെട്ടെന്ന് പുനരാരംഭിക്കുകയും ചെയ്തു. കുട്ടനാട് ആകെ മൊത്തം വെള്ളക്കെട്ടായപ്പോൾ ചങ്ങനാശ്ശേരിയിൽ വന്ന് ചേർന്നവരെ ക്യാമ്പിലെത്തിക്കാൻ കൈമെയ് മറന്നോടിയ കെ.എസ്.ആർ.ടി.സിയുടെ സേവനം സംസ്ഥാനതലത്തിൽ തന്നെ ശ്രദ്ധിക്കപ്പെട്ടു. ജോലി കഴിഞ്ഞ് വീട്ടിൽ പോയ ജീവനക്കാരടക്കം ഉറക്കം പോലുമുപേക്ഷിച്ച് രക്ഷാപ്രവർത്തനത്തിനിറങ്ങി.

മഴക്കെടുതിയുടെ കാലത്ത് കെ.എസ്.ആർ.ടി.സിയുടെ സേവനം ഏറെ സവിശേഷമായി പ്രയോജനപ്പെടുത്തിയവരാണ് ഞങ്ങൾ വയനാട്ടുകാർ. ചുരം വഴികളും ഇതര മാർഗ്ഗങ്ങളുമടഞ്ഞ് തീർത്തും ഒറ്റപ്പെട്ട നിലയിലായപ്പോൾ രക്ഷയ്ക്കുണ്ടായിരുന്നത് കെ.എസ്.ആർ.ടി.സിയാണ്.

പക്രന്തളം ചുരം വഴി മാത്രമായിരുന്നു ചുരമിറങ്ങാനുള്ള ഏക ആശ്രയം. ഒന്ന്രണ്ട് മണിക്കൂർ കൂടുതൽ ഓടണമെന്നതിനാൽ സ്വകാര്യ ബസ്സുകളൊക്കെ സർവ്വീസ് നടത്താതെ ഷെഡ്ഡിൽ തന്നെ കിടന്നപ്പോൾ സമയനഷ്ടവും ഇന്ധനച്ചെലവും കണക്കിലെടുക്കാതെ സർവ്വീസ് നടത്തിയത് കെ.എസ്.ആർ.ടി.സി. മാത്രമാണ്. പിന്നീട് താമരശ്ശേരി ചുരം ഗതാഗതയോഗ്യമായപ്പോൾ കൊടുവള്ളിയിലും മറ്റുമുണ്ടായ വെള്ളക്കെട്ട് മൂലം വീണ്ടും ഗതാഗതം തടസ്സപ്പെട്ടു. ആ സമയത്തും കക്കോടി-ബാലുശ്ശേരി വഴി വളഞ്ഞുചുറ്റി ഓടിക്കൊണ്ടാണെങ്കിലും കെ.എസ്.ആർ.ടി.സി. വഴിയിൽ കുരുങ്ങിപ്പോയവരുടെ രക്ഷക്കെത്തി. സ്വകാര്യബസ്സുകളും ആഢംബരക്കാറുകളുമൊന്നും മനുഷ്യർക്ക് തുണയാവാതിരുന്ന ഈ ഘട്ടത്തിലും പാതി മുങ്ങിയ വഴിയിലൂടെ മുമ്പോട്ട് പോയത് കെ.എസ്. ആർ.ടി.സി. തന്നെയാണ്.

കോഴിക്കോട് ഡിപ്പോയിൽ പെട്ടുപോയ 100 കണക്കിന് യാത്രികരെ നാട്ടിലെത്തിക്കാൻ നാല്പേർ ചേർന്ന് പറഞ്ഞപ്പോൾ മേലാവിൽ നിന്നുള്ള ഉത്തരവ് കാത്തുനിൽക്കാതെ മാനന്തവാടിക്കും ബത്തേരിക്കുമെല്ലാം ബസ്സയച്ച അനുഭവം ഒരു സുഹൃത്ത് പങ്കുവെച്ചതും ഓർക്കുന്നു.

അതെ നമ്മുടേതെന്ന തോന്നലിൽ ആവശ്യപ്പെടാൻ, സമരം ചെയ്യാൻ ഈ സ്ഥാപനം നിലനിൽക്കണമെന്ന് ആഗ്രഹിക്കുന്നവർ, ആനവണ്ടിയെ സ്നേഹിക്കുന്നവർ ഇനിയുമുണ്ട് അനേകം.

എനിക്ക് പരിചയമുള്ള രണ്ട് കെ.എസ്.ആർ.ടി.സി. സ്നേഹികളുണ്ട് എന്റെ നാട്ടിൽ. വില്ലേജ് ഓഫീസറായ അബ്ദുൽ സലാമും മരപ്പണി കോൺട്രാക്ടറായ സരീഷും. കെ.എസ്.ആർ.ടി.സിയുടെ ഫോട്ടോകളെടുക്കുന്നതിലാണ് ഇരുവർക്കും താത്പര്യം.

ചുവപ്പും വെള്ളയും പച്ചയും നിറമുള്ള ബസ്സുകളുടെ, മികച്ച ക്യാമറ കൊണ്ടെടുത്ത പല പശ്ചാത്തലത്തിലുള്ള നൂറ് കണക്കിന് ചിത്രങ്ങളുണ്ട് ഇരുവരുടേയും ശേഖരത്തിൽ. ചിത്രം കണ്ടാൽ തന്നെ ചെന്നുകയറാൻ തോന്നുന്ന വിധത്തിലുള്ളവ.

ഒരു ഡിപ്പോയിൽ നിന്ന് ഓപ്പറേറ്റ് ചെയ്യുന്ന 100ലേറെ ബസ്സുകളുടെ സമയക്രമം മനഃപ്പാഠമാക്കിയിട്ടുള്ള ചെറുപ്പക്കാരൻ, കെ.എസ്.ആർ.ടി.സി. ബസ്സിന് കളക്ഷനുണ്ടാക്കാൻ ശ്രമിക്കുന്നതിനാൽ ബസ്സിന്റെ മുതലാളിമാർ എന്ന് വിളിക്കപ്പെടുന്ന വിരമിച്ച ജീവനക്കാരനും തുടങ്ങി അനേകം കെ.എസ്.ആർ.ടി.സി. സ്നേഹികൾ ഇനിയുമുണ്ട്.

കെ.എസ്.ആർ.ടി.സി. അതിന് ഗുഡ്വിൽ അംബാസിഡർമാരെ നിയമിക്കുന്നുണ്ടെങ്കിൽ പരിഗണിക്കേണ്ടത് ഇവരെയൊക്കെയാണ് എന്ന് ഞാൻ ഓർമ്മിക്കാറുണ്ട്. ഒരു പരസ്യത്തിലെ വാചകം പോലെ, അല്ലെങ്കിൽ സിനിമയിലെ മോഹൻലാൽ കഥാപാത്രം പറയുംപോലെ, ഇഷ്ടമാണ് ആളുകൾക്ക് കെ.എസ്.ആർ.ടി.സിയെ.

തിര(1)ഞ്ഞോടിയ സൂപ്പർഫാസ്റ്റ്

ഫേസ്ബുക്കൊക്കെ അന്നുമുണ്ടായിരുന്നുവെങ്കിലും ഞാൻ ആ മീഡിയത്തിൽ അത്ര സജീവമല്ലാതിരുന്ന കാലത്താണത് സംഭവിച്ചത്. അല്ലെങ്കിൽ നല്ലൊരു കുറിപ്പെഴുതിയിടാൻ സ്കോപ്പുണ്ടായിരുന്നു.

കെ.എസ്.ആർ.ടി.സി. ജീവനക്കാർ യാത്രക്കാരിക്ക് കാവൽ നിന്നതു മുതൽ ബസ് പ്രസവമുറിയാക്കിയത് വരെയുള്ള കാര്യങ്ങളൊക്കെ വൈറലാവുന്ന ഇക്കാലത്താണെങ്കിൽ വൈറലാവാൻ സാധ്യതയുള്ള, പത്രവാർത്തയാവാൻ സാധ്യതയുള്ള ഒരനുഭവം.

പക്ഷേ അതേപ്പറ്റി സർവ്വീസിലുണ്ടായിരുന്ന കാലമത്രയും ആരോടെങ്കിലും പറയാൻ തോന്നിയിട്ടില്ല. കാരണം ഞങ്ങൾ-ഞാൻ, ഡ്രൈവർ-ക്ക് കൂടി തെറ്റുപറ്റിയ ഒരു സംഭവം കൂടിയാണല്ലോ അത്.

ദീർഘദൂര സർവ്വീസുകളിൽ കൂട്ടിനാരുമില്ലാതെ സ്ത്രീകളേയും കുട്ടികളേയും മാത്രം കയറ്റിവിടുന്ന പതിവുണ്ട്. ഡ്രൈവറേയും കണ്ടക്ടറേയും മാത്രം വിശ്വാസത്തിലെടുത്താണ് ഇങ്ങനെ ചെയ്യാറ്. ഇറങ്ങേണ്ട സ്ഥലത്ത് കൃത്യമായി ആരെങ്കിലും വന്ന് കൂട്ടിക്കൊണ്ട് പൊയ്ക്കോളും. ഇടയ്ക്ക് പലവട്ടം നമ്മുടെ ഫോണിലേക്ക് എവിടെയെത്തി എന്നന്വേഷിച്ച് കയറ്റിവിടുന്ന ആളും സ്വീകരിക്കാൻ കാത്തുനിൽക്കുന്നയാളും വിളിക്കുകയും ചെയ്യും. അക്കൂട്ടത്തിൽപ്പെട്ട ഒരനുഭവമാണ്.

വയനാട്ടിലെ പെരിക്കല്ലൂരടുത്ത് മാടൽ എന്ന സ്ഥലത്ത് വെച്ച് ഒരാൾ കൈ കാണിച്ച് ബസ് നിർത്തിക്കുന്നു.പിന്നെ രണ്ട്ചെറിയ കുട്ടികളെ ബസ്സിൽ കയറ്റി ഞങ്ങളെ ഏൽപിക്കുന്നു. 10-12 വയസ്സുള്ള ഒരു പെൺകുട്ടി. എട്ട് പത്ത് വയസ്സുള്ള ഒരാൺകുട്ടിയും. സഹോദരങ്ങളാണ്. പാല എത്തുന്നതിന് തൊട്ടുമുമ്പുള്ള ഒരു സ്ഥലത്താണ് കുട്ടികളെ ഇറക്കേണ്ടത്. അവിടെ ഒരാൾ വന്ന് കൂട്ടിക്കോളും. കുട്ടികളുടെ ടിക്കറ്റിനുള്ള പണമൊക്കെ തന്ന് അപ്പോൾ തന്നെ ടിക്കറ്റെടുത്തു. ഞങ്ങൾ ഭക്ഷണം കഴിക്കുമ്പോൾ കുട്ടികൾക്കും ഭക്ഷണം വാങ്ങിക്കൊടുക്കണമെന്നും അതിനുള്ള പണം അവരുടെ കയ്യിലുണ്ട് എന്നും പറഞ്ഞ് അയാൾ ബസ്സിൽ നിന്നിറങ്ങി. പോകും മുമ്പ് എന്റെ നമ്പർ വാങ്ങാനും മറന്നില്ല.

പെരിക്കല്ലൂർ നിന്ന് വൈകീട്ട് 5.45 നെടുക്കുന്ന ബസ് രാത്രി ഒമ്പതരയോടെ കോഴിക്കോടെത്തി. കുട്ടികൾക്ക് കുഴപ്പമൊന്നുമില്ല. മുമ്പിലെ കണ്ടക്ടർ സീറ്റിന് തൊട്ടടുത്ത സീറ്റിലിരുന്ന് യാത്ര ആസ്വദിക്കുകയാണ് കുട്ടികൾ. പെൺകുട്ടി പുറം കാഴ്ച്ചകൾ കാണുന്നു. പയ്യനാവട്ടെ ഡ്രൈവർ ചെയ്യുന്നതിൽ നിന്ന് കണ്ണുപറിക്കുന്നതേയില്ല.

കോഴിക്കോട് വിട്ട് നല്ലളത്ത് വെച്ച് ഞങ്ങൾ ഭക്ഷണം കഴിച്ചു. കുട്ടികൾക്കും വാങ്ങിക്കൊടുത്തു. ഇതിനിടയിൽ വയനാട്ടിൽ നിന്ന് കയറ്റിവിട്ട ആൾ രണ്ട് തവണയും പാലായിൽ കാത്തുനിൽക്കുന്ന ആൾ മൂന്ന് വട്ടവും എവിടെയെത്തി എന്നന്വേഷിച്ച് വിളിച്ച് കഴിഞ്ഞിരുന്നു!

ബസ് കുറ്റിപ്പുറവും തൃശൂരും ഒക്കെ കഴിഞ്ഞ് മുന്നോട്ട് നീങ്ങി. കുട്ടികൾ പരസ്പരം ചാരിക്കിടന്ന് നല്ല ഉറക്കവുമായി.

കയറ്റിയയച്ചയാളും കാത്തുനിന്നയാളും ഉറങ്ങിക്കാണുമെന്ന് തോന്നുന്നു. കുറേ മണിക്കൂറുകൾ പിന്നെ രണ്ടറ്റത്തുനിന്നും വിളിയുമുണ്ടായില്ല. ബസ് അങ്കമാലിയും പെരുമ്പാവൂരും തൊടുപുഴയും കഴിഞ്ഞ് ഓടിയോടി പാലയിലെത്തി. സമയം പുലർച്ചെ 3.45 ആയി. കുട്ടികളെ കൂട്ടാൻ ആരും വന്നില്ലല്ലോ എന്ന് പെട്ടെന്നാണ് ഓർമ്മ വന്നത്.

പാല പിന്നിട്ട് രണ്ട് കിലോമീറ്റർ കഴിഞ്ഞാണ് കാത്തുനിൽക്കാമെന്ന് പറഞ്ഞത് എന്ന് ഡ്രൈവർ പറഞ്ഞപ്പോൾ എനിക്ക് സംശയമായി. ഇവിടുന്ന് അങ്ങോട്ട് പോവുമ്പോൾ പാല കഴിഞ്ഞ് എന്നാണോ അതോ അവിടുന്ന് ഇങ്ങോട്ട് വരുമ്പോൾ പാല കഴിഞ്ഞ് എന്നാണോ പറഞ്ഞത്!

ടിക്കറ്റ് കൊടുത്തത് പാല വരെയാണ് എന്ന് പെട്ടെന്ന് ഓർമ്മ വന്നു. അതോടെ ബേജാറായി. ഉടനെത്തന്നെ കുട്ടികളെ കയറ്റിയിട്ട ആളെ വിളിച്ച് നോക്കി. അത് നോട്ട് റീച്ചബ്ൾ.

അടുത്ത പടിയായി പാലയിൽ കാത്തുനിൽക്കാമെന്നേറ്റ ആളുടെ നമ്പർ തിരഞ്ഞെടുത്ത് വിളിച്ചു നോക്കി. രണ്ട് വട്ടം പൂർണ്ണമായും റിംഗ് ചെയ്തിട്ടും ആരും ഫോണെടുക്കുന്നില്ല. ആകെ കുഴപ്പമായി. കൂട്ടകുഴപ്പമായി. മനസ്സിലൂടെ പല സംശയങ്ങളും പാഞ്ഞുപോയി. കുട്ടികളാണെങ്കിൽ ഒന്നുമറിയാതെ നല്ല ഉറക്കമാണ്.

പാലാ ഡിപ്പോയിൽ സ്റ്റേഷൻമാസ്റ്റർ ഇരിപ്പുണ്ട്, ഉറക്കച്ചടവിനിടയിലും വന്നുപോകുന്ന ബസ്സുകളുടെ സമയവിവരം രേഖപ്പെടുത്തിയും ഫോണുകൾക്ക് മറുപടി പറഞ്ഞും ഒറ്റയാനായി. അവിടെ റിപ്പോർട്ട് ചെയ്താലോ എന്നൊരാലോചന എനിക്കുണ്ടായി. അയ്യോ, അതു വേണ്ട. ഗംഭീരൻ പണികിട്ടുമെന്ന് പറഞ്ഞ് ഡ്രൈവറതിനെ വിലക്കി. പിന്നെ ഒരു വഴിയുണ്ട് എന്ന് പറഞ്ഞ് ആൾ ബസ് സ്റ്റാർട്ടാക്കി സ്റ്റാന്റിൽ നിന്നിറക്കി. വന്ന വഴിയേ തന്നെ ബസ് തിരിഞ്ഞോടുന്നതാണ് പിന്നെ കണ്ടത്!

ബസ്സിലാകെ ഈ കുട്ടികളടക്കം 8–10 പേരേ ഉള്ളൂ. ബാക്കിയുള്ളവരൊക്കെ അതിനകം ഇറങ്ങിക്കഴിഞ്ഞു. ഉള്ളവരാവട്ടെ നല്ല ഉറക്കവും.

അതുകൊണ്ടുതന്നെ സാധാരണഗതിയിൽ ചെയ്യാൻ പാടില്ലാത്ത ഈ 'ക്രൈം' അവരാരുമറിഞ്ഞതുമില്ല.

പാലാ-തൊടുപുഴ റോഡിൽ, അതായത് ഞങ്ങൾ വന്ന വഴി രണ്ടു മൂന്ന് കിലോമീറ്റർ തിരികെ തിരഞ്ഞുപോവാനായിരുന്നു തീരുമാനം. ലൈറ്റ്ബോർഡ് ഓഫ് ചെയ്ത് രണ്ട് സൈഡുമുള്ള ഇരുട്ടിലേക്ക് നോക്കി നോക്കി പോകവേ പെട്ടെന്ന് ഫോൺ ബെല്ലടിച്ചു. വഴിയിൽ കാത്തുനിൽക്കാമെന്നേറ്റ ആളാണ്.

"ഞാനേയ് ഒന്ന് മയങ്ങിപ്പോയി കേട്ടോ. നിങ്ങള് കടന്നുപോയിട്ടില്ലല്ലോ?" അയാൾ ആശങ്ക തൊങ്ങലിട്ട സ്വരത്തിൽ ചോദിച്ചു.

അയാളോട് കൃത്യമായി സ്ഥലം ചോദിച്ചു മനസ്സിലാക്കുന്നതിനിടെ തന്നെ ഫോണും ചെവിയിൽ ചേർത്തുനിൽക്കുന്ന ആളെ വഴിയോരത്ത് കണ്ടു. കുട്ടികളെ വിളിച്ചെഴുന്നേൽപ്പിച്ച് ഇറക്കി അയാളെ ഏൽപിച്ചു. ആളുടെ ക്ഷമാപണവും നന്ദിയുമൊന്നും കേൾക്കാൻ നിൽക്കാതെ ഡ്രൈവർ വണ്ടി വീണ്ടും മുമ്പോട്ടെടുത്തു. കുറച്ചുകൂടി ചെന്നപ്പോൾ തിരിക്കാൻ ഇട കിട്ടി. അവിടെയിട്ട് ഡ്രൈവർ കഷ്ടിച്ച് ബസ് തിരിച്ചു. പിന്നെ സംഭവിച്ചതൊക്കെ പിറകിലുപേക്ഷിച്ച് വീണ്ടും ശരിയായ ദിശയിൽ ബസ് ഓടിക്കാൻ തുടങ്ങി.

(ഡ്രൈവർ ഇപ്പോഴും സർവ്വീസിലുണ്ട്. ആ പാവത്തിന് ഒരു ശിക്ഷ കിട്ടാൻ ഇത് തന്നെ മതിയാവും. അതുകൊണ്ട് 'കൂട്ടുപ്രതി'യുടെ പേര് വെളിപ്പെടുത്തുന്നില്ല)

കാഷ്വാലിറ്റിയിലെ ആദ്യ രാത്രി, പുറത്തെ കാവൽ

സുൽത്താൻ ബത്തേരിയിൽ നിന്ന് എരുമേലിയിലേക്ക് ഒരു സർവ്വീസ് ഓപ്പറേറ്റ് ചെയ്യുന്നുണ്ട്. പതിനാറ് പത്ത് പെരിക്കല്ലൂർ എന്നാണതിന്റെ ഡിപ്പോയിലെ പേര്. വൈകീട്ട് 4.10ന് തുടങ്ങുന്ന ആ സർവ്വീസ് ആദ്യം വയനാട് ജില്ലയിലെ തന്നെ പെരിക്കല്ലൂർ എന്ന കുടിയേറ്റക്കാർ ധാരാള മുള്ള അതിർത്തി പ്രദേശത്തേക്കാണ് പോവുക. അവിടെ നിന്ന് ആളെ യെടുത്ത് വീണ്ടും ബത്തേരി വന്ന് രാത്രി മുഴുവൻ ഓടി പുലർച്ചെ എരു മേലിയിൽ എത്തുന്നു. പിന്നെ വൈകീട്ട് മടക്കയാത്ര. ഒരു രാത്രി കൂടി ഓടി പിറ്റെന്നാൾ പുലർച്ചെ സുൽത്താൻ ബത്തേരിയിലെത്തുന്നു.

വയനാട്, കോഴിക്കോട്, മലപ്പുറം, തൃശൂർ, എറണാകുളം, ഇടുക്കി, കോട്ടയം ജില്ലകളിലൂടെ കടന്ന് പോവുന്ന ഈ സർവ്വീസ് ഒരു പ്രസ്റ്റീജ് സർവ്വീസാണ്. കാടാമ്പുഴ, പേട്ട, മലയാറ്റൂർ, ഭരണങ്ങാനം, എരുമേലി, ശബരിമല തുടങ്ങിയ സ്ഥലങ്ങളിലേക്കെല്ലാം പോവേണ്ട ആളുകളെല്ലാം കയറുന്നതിനാൽ തീർത്ഥാടകവണ്ടി എന്നും പറയാറുള്ള ഈ സർവീസ് ഒരിക്കലും മുടക്കാറില്ല.

കുറച്ചൊരുകാലം ഈ ഷെഡ്യൂളിൽ സ്ഥിരമായി പോയിട്ടുണ്ട് ഞാൻ.

ഒരു ദിവസം വൈകീട്ട് ഡിപ്പോയിൽ ചെന്നപ്പോൾ ബസ് ഓടിക്കാൻ പുതിയൊരാളാണ്. സ്ഥിരം ഡ്രൈവർക്ക് അസുഖം.

പകരം കണ്ടെത്തിയത് ശിവദാസൻ എന്നൊരാളെയാണ്. ബത്തേരി-കോഴിക്കോട് റൂട്ടിൽ മാത്രം പോവുന്ന ആളാണ് പുള്ളി. അങ്ങനെയൊരു സർവീസ് മുടക്കി ആളെ പിടിച്ച് ഇറക്കി എരുമേലിയിൽ കയറ്റിയിരിക്കുക യാണ്. റിസർവേഷനുള്ള എരുമേലി സർവീസ് മുടക്കാതിരിക്കാൻ വേണ്ടി യുള്ള ശ്രമം. ശിവദാസേട്ടനാണെങ്കിൽ ഒട്ടും ഹാപ്പിയല്ല. രാത്രിയിൽ ഉറ ങ്ങാതെ വണ്ടിയോടിക്കുന്നത് ആൾക്ക് പ്രശ്നമാണ്. ഇത് ഒരു രാത്രി യല്ല രണ്ട് രാത്രിയാണ്. അതും രാത്രി മാത്രമാണ്.

അദ്ദേഹം കുറേ പ്രതിഷേധിച്ചു നോക്കിയെങ്കിലും കൺട്രോളിംഗ്

ഇൻസ്പെക്ടറും സ്റ്റേഷൻ മാസ്റ്ററും വഴങ്ങുന്നില്ല. പെട്ടെന്ന് ഒരു ഡ്രൈവറെ കണ്ടെത്താൻ അവർക്ക് വഴിയുമില്ല.

അവസാനം നിവൃത്തിയില്ലാതെ പിറുപിറുത്തുകൊണ്ട് ശിവദാസേട്ടൻ വണ്ടിയെടുത്തു. ആദ്യം പെരിക്കല്ലൂർ വരെ. അവിടുന്ന് ആളെക്കയറ്റി മടങ്ങിവരുമ്പോഴേ തുടങ്ങി പ്രശ്നങ്ങൾ. സൂപ്പർഫാസ്റ്റിന്റെ ഫ്രണ്ട്ഡോർ അടയുന്നില്ല. ദീർഘദൂരയാത്രയിൽ അതൊരു പ്രശ്നം തന്നെയാണ്. പെട്ടെന്ന് പരിഹരിക്കാൻ പറ്റാത്ത പ്രശ്നമായതിനാൽ ആളെയെടുത്ത് ബത്തേരിയെത്തിയപ്പോൾ ബസ് മാറ്റി. എല്ലാവരും മാറിക്കയറിക്കഴിഞ്ഞപ്പോൾ അടുത്ത പ്രശ്നം. പുതിയ ബസ്സിന്റെ ക്ലച്ച് ശരിക്കും താഴുന്നില്ല. മെക്കാനിക്കുമാർ പെട്ടെന്നുതന്നെ കേസ് അറ്റന്റ് ചെയ്ത് ഒരു വിധത്തിൽ ആ കുഴപ്പം പരിഹരിച്ചു.

എങ്കിലും ഡ്രൈവർ ഒട്ടും സന്തുഷ്ടനായിരുന്നില്ല. ഇഷ്ടമില്ലാത്ത കാര്യത്തിന് ഉന്തിത്തള്ളി പറഞ്ഞ് വിട്ടതുപോലെ പുള്ളിക്കാരൻ പിറുപിറുത്തുകൊണ്ടിരുന്നു. പത്തുമുപ്പത്തെട്ട് മണിക്കൂർ നീണ്ടുനിൽക്കുന്ന തുടരൻ ഡ്യൂട്ടിയാണ്. ഡ്രൈവർ ഹാപ്പിയല്ലെങ്കിൽ ആ ഡ്യൂട്ടി ചെയ്തു തീരും വരെ ആകെ അസ്വസ്ഥതയായിരിക്കും. ബസ്സിലെ സ്ഥിരം കളക്ഷനെവരെ അത് ബാധിക്കുകയും ചെയ്യും.

സൂപ്പർഫാസ്റ്റിന്റെ ഗമയൊന്നുമില്ലാതെ ഓടിയ ബസ് ഒരു മണിക്കൂറോളം വൈകിയാണ് ആദ്യപ്രധാന സ്റ്റേഷനായ കോഴിക്കോടെത്തിയത്.

അവിടെയെത്തിയപ്പോൾ ഡ്രൈവർ എന്നെ അടുത്തേക്ക് വിളിച്ചിട്ട് പറഞ്ഞു.

“എനിക്ക് ഭയങ്കര ക്ഷീണവും തലവേദനയുമൊക്കെ. നിങ്ങള് തൃശൂര് വിളിച്ച് ഒരു ഡ്രൈവറെ ഏർപ്പാടാക്കിക്കോളിൻ. എന്റെ കണ്ണ് ഇതിനകം തന്നെ രണ്ടുമൂന്ന് വട്ടം അടഞ്ഞുപോയി” എന്ന്. ഞാൻ നടുങ്ങിപ്പോയി. യാത്രയ്ക്കിടയിൽ ഡ്രൈവർ ഉറങ്ങിപ്പോവുന്നത് എന്തുമാത്രം അപകടകരമാണ്. രാത്രിയാത്രകളിൽ അപകടമുണ്ടാവുന്നതിന്റെ മുഖ്യകാരണവും അത് തന്നെയാണ്.

തൃശൂരേക്ക് വിളിക്കുന്നതിന് മുമ്പേ ഞാൻ കോഴിക്കോട് സ്റ്റേഷൻ മാസ്റ്ററോട് കാര്യം റിപ്പോർട്ട് ചെയ്തു. ആ രാത്രിയിൽ ഒരു ഡ്രൈവർ ചേഞ്ചിനുള്ള സാധ്യത തീരെ ഇല്ല എന്ന് അദ്ദേഹം പറഞ്ഞു. ഉള്ളവരിൽ മിക്കവരും ഡ്യൂട്ടി ഫിനിഷ് ചെയ്ത് കഴിഞ്ഞു. കുറേപ്പേർ ഇപ്പോഴും സർവ്വീസിലാണ്. ഇനി ആരെയെങ്കിലും വിളിച്ചു വരുത്താൻ ശ്രമിച്ചു നോക്കാമെന്ന് വെച്ചാൽ മണിക്കൂറുകൾ വൈകും. പതിവില്ലാത്ത ഒരു കാര്യം ചെയ്യുന്നതിന്റെ സാങ്കേതികത്വം വേറെയും.

ഏതായാലും ഇതിനിടെ ഒന്നു മുഖം കഴുകി, ഒരു കട്ടനടിച്ച് കുറച്ചൊരുണർവ് നേടിയ ഡ്രൈവർ വണ്ടി വീണ്ടുമെടുക്കാൻ തയ്യാറായി. ആശ്വാസം.

സമയക്രമമൊക്കെ തെറ്റി വൈകിയോടുന്നതിനാൽ ബസ്സിൽ പതിവുള്ള തിരക്കൊന്നുമുണ്ടായിരുന്നില്ല. ടിക്കറ്റൊക്കെ കൊടുത്ത് ഞാൻ മുമ്പിലെ സീറ്റിൽ ഡ്രൈവർക്ക് കമ്പനി കൊടുക്കാൻ ചെന്നിരുന്നു.

ആശ്വാസത്തിന് അല്പായുസ്സായിരുന്നു. ഡ്രൈവർ വീണ്ടും അസ്വസ്ഥത കാണിക്കാൻ തുടങ്ങി. തുടരെ കോട്ടുവായിടാനും നെറ്റിക്കിരുവശവും അമർത്താനും തുടങ്ങി. ഡ്രൈവർ ഏത് നിമിഷവും ഉറങ്ങിപ്പോവുമെന്ന തോന്നലിൽ ഞാൻ ആളോട് സംസാരിക്കാൻ ശ്രമം നടത്തിക്കൊണ്ടിരുന്നു. അന്നാദ്യമായിക്കാണുന്ന ഞങ്ങൾക്കിടയിൽ പൊതുതാത്പര്യത്തിന്റെ ലിങ്ക് സജീവമല്ലായിരുന്നു. സംസാരം മുമ്പോട്ടു പോവാതെ വഴിമുട്ടിയിട്ടും ശൂന്യതയിൽ നിന്ന് ഓരോ വിഷയം കണ്ടെത്തി ഞാൻ സംസാരിച്ചുകൊണ്ടിരുന്നു. ഇതിനിടയിൽ ഞാൻ തൃശൂരേക്ക് വിളിച്ച് പകരം ഡ്രൈവറുടെ സാധ്യതകളന്വേഷിച്ചുവെങ്കിലും മറുപടി കോഴിക്കോട് നിന്ന് ലഭിച്ചതിന്റെ ഡിറ്റോ തന്നെയായിരുന്നു.

ഉറക്കവും ക്ഷീണവും കലശലായപ്പോൾ ഡ്രൈവർ കാക്കഞ്ചേരിയിലും എടപ്പാളുമൊക്കെ ബസ് നിർത്തി മുഖം കഴുകി ഉറക്കത്തെ പായിക്കാൻ ശ്രമം നടത്തി നോക്കി.

ഈ ബസ് തൃശ്ശൂരിലെത്തുമോ എന്ന ആധിയോട് കൂടെ ഞാൻ കണ്ണിമയ്ക്കാതെ ഡ്രൈവറെത്തന്നെ നോക്കിയിരിക്കാൻ തുടങ്ങി.

അകത്തെ ലൈറ്റെല്ലാമണച്ച് നല്ല ഉറക്കത്തിലായിരുന്ന യാത്രക്കാരാരും ഇതൊന്നുമറിഞ്ഞതേയില്ല. പരിമിത വേഗത്തിൽ നിന്നും നിരങ്ങിയും പോയ ബസ്സിനെക്കടന്ന് രാത്രി സർവീസ് നടത്തുന്ന പല ബസ്സുകളും കുതിച്ചുപോയി.

ഒടുവിലൊരുവിധം നട്ടപ്പാതിര കഴിഞ്ഞ നേരത്ത് സമയം തെറ്റി ഞങ്ങളുടെ ബസ് തൃശ്ശൂർ സ്റ്റാന്റിലണഞ്ഞു.

ബസ് ട്രാക്കിൽ കൊണ്ടു വെച്ച ശേഷം ശിവദാസേട്ടൻ ഇറങ്ങിയൊരു പോക്കുപോയി. ആടിയാടി നാലെണ്ണം അടിച്ചതുമാതിരി ഒരു നടപ്പ്. ഞാൻ ഡിപ്പോയിൽ സമയം രേഖപ്പെടുത്തി കാര്യങ്ങൾ വിശദീകരിച്ചു. ആ ഡ്രൈവർക്ക് ഇനി വണ്ടി ഓടിക്കാനാവില്ലെന്ന കാര്യം തീർച്ചയായിരുന്നു.

അകത്ത് കൺട്രോളിംഗ് ഇൻസ്പെക്ടറുടെ മേശമേൽ തലചാരി തളർന്നു കിടക്കുകയാണ് ഡ്രൈവർ.

രാത്രി രണ്ടു മണി കഴിഞ്ഞനേരത്ത് പകരം ഡ്രൈവറെ കിട്ടില്ലെന്ന് തീർച്ചയായതിനാൽ ബസ്സിലുള്ള റിസർവേഷൻ ചെയ്തവരടക്കമുള്ളവരെ മറ്റൊരു ബസ്സിൽ കയറ്റണമായിരുന്നു. അത് കണ്ടക്ടർ ഒറ്റയ്ക്ക് വേണം താനും. കടുത്ത വെല്ലുവിളി. പിന്നാലെ വന്ന എം.സി. റോഡ് വഴിയുള്ള തിരുവനന്തപുരം, കാഞ്ഞിരപ്പള്ളി വഴി പോകുന്ന വേറൊരു ബസ്, ഒരു കോട്ടയം ഫാസ്റ്റ് ഇവയിലൊക്കെയായി യാത്രികരെ മുഴുവൻ ബ്രേക്ക് ഡൗൺ ചിറ്റെഴുതി കയറ്റിവിട്ടു. മാറിക്കയറിയവർ മുഴുവൻ ഒന്നൊഴിയാതെ

ഊഴമിട്ടു പറഞ്ഞ പ്രാക്കുവാക്കുകളും ചീത്തയുമൊക്കെ ഒറ്റയ്ക്കു കേട്ട് തീർത്തശേഷം ഞാൻ ഡ്രൈവറുടെ അടുത്തേക്ക് വീണ്ടും ചെന്നു.

ജനറൽ കൺട്രോളിംഗ് ഇൻസ്പെക്ടറുടെ മുറിയിൽ നിന്ന് തടിലോറി കയറ്റം കയറുന്ന ഒച്ചയിൽ കൂർക്കംവലി ഉയരുന്നുണ്ട്.

ആശുപത്രിയിൽ പോവണം. ഞാൻ ആളെ വിളിച്ചു. ഉണരുന്നില്ല. വീട്ടിലെന്നപോലെ സ്വയം മറന്നുള്ള ഉറക്കത്തിലാണ്. കുലുക്കി വിളിച്ചപ്പോൾ ആൾ കണ്ണു തുറന്നു. പിന്നെ ആശുപത്രിയിലേക്ക് വരാൻ തയ്യാറായി.

തൃശൂർ മെഡിക്കൽ കോളേജിന്റെ ഭാഗമായുള്ള ടൗണിലുള്ള ചെറിയ ആശുപത്രിയിലേക്കാണ് ഞങ്ങൾ പോയത്. ഡ്രൈവറുടെ പ്രഷർ പരിശോധിച്ച ഡ്യൂട്ടി ഡോക്ടർ എന്നോട് പൊട്ടിത്തെറിച്ചു. ഈ മനുഷ്യനെയാണോ ഇത്ര ദൂരം വണ്ടിയോടിക്കാൻ നിയോഗിച്ചത്? ഇയാളുടെ പ്രഷർ 200/140 ആണ്. സാധാരണ വേണ്ടതിലും വളരെ കൂടുതലാണത്രേ അത്. ഏതായാലും ഡ്രൈവറെ കാഷ്വാലിറ്റിയിൽ നിരീക്ഷണത്തിനു കിടത്തി. ഗ്ലൂക്കോസ് കയറ്റാൻ തുടങ്ങി.

ഞാൻ പുറത്ത് മരബെഞ്ചിൽ പോയി ഇരുന്നു. കാഷ്വാലിറ്റിയിൽ ആരുമില്ലാതിരുന്നതിനാൽ കാത്തിരിപ്പ് സ്ഥലവും കാലിയായിരുന്നു.

കുറച്ച് കഴിഞ്ഞപ്പോഴുണ്ട് ആശുപത്രി പൊളിച്ചിടാൻ പാകത്തിന് അലറിക്കരഞ്ഞുകൊണ്ടൊരു ചെറുപ്പക്കാരനേയും കൊണ്ടൊരു കൂട്ടർ വരുന്നു.

കഠിനവേദനകൊണ്ട് വയറിനടിഭാഗം പൊത്തിപ്പിടിച്ചാണ് അയാളുടെ വരവ്. മുണ്ടും ഷർട്ടുമാണ് വേഷം. ഒപ്പം മൂന്നാല് പേരുണ്ട്. കൂട്ടത്തിലുള്ള സ്ത്രീയെക്കണ്ട് ഞാൻ അമ്പരക്കാതിരുന്നില്ല. സർവ്വാഭരണ വിഭൂഷിതയായിട്ടാണ് അവരുടെ വരവ്.

പിന്നെയാണറിഞ്ഞത് ആ പയ്യനെ തേൾ കടിച്ചതാണ്. രാത്രി ഉറങ്ങാൻ കയറിയപ്പോൾ കിടക്കയിൽ വെച്ച്. പെൺകുട്ടി അയാളുടെ ഭാര്യയാണ്. ആഭരണങ്ങളത്രയുമണിഞ്ഞ് ആശുപത്രിയിലേക്ക് വന്നതിലുമില്ല അതിശയം. അന്ന് പകലാണ് അവരുടെ കല്യാണം നടന്നത്.

ചുരുക്കത്തിൽ ആദ്യരാത്രിയിൽ തന്നെ തേൾ കുത്തേൽക്കുകയായിരുന്നു!

ഏതായാലും നവവരന്റെ കരച്ചിൽ അല്പം കഴിഞ്ഞപ്പോൾ നിലച്ചു. മയങ്ങാനുള്ള എന്തെങ്കിലും കൊടുത്തുകാണണം. കൂടെ നിന്നവരെ ഡ്യൂട്ടി നേഴ്സ് കാഷ്വാലിറ്റിയിൽ നിന്ന് പുറത്താക്കിയപ്പോൾ എല്ലാവരും മരബെഞ്ചിൽ ഇരിക്കാൻ തുടങ്ങി. കുറച്ച് കഴിഞ്ഞപ്പോൾ വന്നവരിൽ രണ്ടു മൂന്നുപേർ നാളെ രാവിലെ എത്താമെന്ന് പറഞ്ഞ് മടങ്ങിപ്പോയി. വധുവും വേറൊരാളും മാത്രമായി. കുറച്ചു കഴിഞ്ഞപ്പോൾ കൂടെയുള്ള ആൾ ഒരു ബെഞ്ചിൽ ചെന്ന് കിടന്ന് ഉറങ്ങാൻ തുടങ്ങി.

കാഷ്വാലിറ്റിക്കു മുമ്പിൽ ഒരു കയ്യിൽ ക്യാഷ് ബാഗും കഴുത്തിൽ ടിക്കറ്റിംഗ് മെഷീനുമായി കാക്കിയണിഞ്ഞ ഞാനും ദേഹമാകെ ആഭരണവും നെറ്റിയിൽ സിന്ദൂരവുമായി ആ പെൺകുട്ടിയും മാത്രമായി. അവരെക്കണ്ടപ്പോൾ എനിക്ക് സഹതാപം തോന്നി. എന്തെല്ലാം പ്രതീക്ഷകളോടെ വിവാഹജീവിതത്തിലേക്ക് വന്നതാവും ആ കുട്ടി. ആദ്യരാത്രി തന്നെ കടന്നു കയറിയ കട്ടുറുമ്പ്, അല്ല കരിംതേൾ അത് തകിടം മറിച്ചിരിക്കുന്നു. കഥകളും കാര്യവുമായി ഉറങ്ങാതെ പുലരേണ്ട ആദ്യരാത്രിയിൽ ഒട്ടും പരിചയമില്ലാത്ത ഒരിടത്ത് വന്ന് ഉറങ്ങാതെയിരിക്കേണ്ടി വന്നിരിക്കുന്നു.

ഡ്രൈവർക്ക് നൽകിയിരുന്ന ഡ്രിപ്പ് മാറ്റി നഴ്സ് പുതിയത് ഘടിപ്പിച്ച ശേഷം ഞാൻ വന്നിരുന്ന് ഒന്ന് ഉറങ്ങാൻ ശ്രമിച്ചുനോക്കി. എവിടെ. വാശിയോടെ തൊഴിലെടുക്കുന്ന കൊതുകുകളുണ്ടോ വിടുന്നു!

ഏതായാലും കാളരാത്രി വല്ലവിധേനയും കുത്തിയിരുന്ന് വെളുപ്പിച്ചു. രാവിലെ ഒരു റൗണ്ട് കൂടി ചീത്ത പറഞ്ഞ്, ഇനി ഡ്രൈവറെക്കൊണ്ട് വണ്ടിയോടിപ്പിക്കരുത് എന്ന് നിർദ്ദേശിച്ച് ഡ്യൂട്ടിഡോക്ടർ ഞങ്ങൾക്ക് ഡിസ്ചാർജ് തന്നു. ഞങ്ങൾ രണ്ട് കാക്കിക്കാർ ഒരു ഓട്ടോ വിളിച്ച് ഡിപ്പോയിലെത്തി.

ബസ് എരുമേലി പോവാതെ സുൽത്താൻ ബത്തേരിയിലേക്ക് പോവാനായിരുന്നു ഡിപ്പോയിൽ നിന്നുള്ള നിർദ്ദേശം. പകരം ഒരു ഡ്രൈവറേയും അനുവദിച്ചു. ബസ് ആളുകളെ കയറ്റി പാസഞ്ചർ സർവ്വീസായാണ് മടങ്ങേണ്ടത്. പഴയ ഡ്രൈവർ ചേട്ടൻ മുമ്പിലെ സീറ്റിലിരുന്ന് ഇടയ്ക്ക് മുറിഞ്ഞ ഉറക്കത്തിന് തുടർച്ച നൽകാൻ തുടങ്ങി.

അസ്സല് തൃശ്ശൂർ ഭാഷയിൽ സംസാരിക്കുന്ന ഒരു പാവം പിടിച്ച ചേട്ടനായിരുന്നു പുതിയ ഡ്രൈവർ. തൃശൂർ പാലക്കാട് വഴിയിൽ മാത്രം ബസ്സോടിച്ചിട്ടുള്ള അയാൾ കുന്നംകുളത്തിന് വടക്കോട്ട് പാസഞ്ചറായിപ്പോലും യാത്ര ചെയ്തിട്ടില്ല! മലയോര ജില്ലകളായ ഇടുക്കിയും വയനാടും അടുത്തടുത്തല്ലേ എന്ന് ആൾ ചോദിച്ചപ്പോൾ ഞാൻ ആ വിഷമയാത്രയിലും സ്വയം മറന്ന് ചിരിച്ചുപോയി. ഏതായാലും ആളു കുറവാണെങ്കിലും ബസ് കോഴിക്കോട് എത്തിയപ്പോഴേക്കും ഒരു മണിക്കൂർ വൈകി.

കോഴിക്കോട് നിന്ന് ബത്തേരിക്കുള്ള യാത്രയിലായിരുന്നു യഥാർത്ഥ തമാശ. ഒമ്പത് ഹെയർപിന്നും അസംഖ്യം ഉപവളവുകളുമുള്ള ചുരം. റോഡിൽ ഓരോ പ്രധാന വളവിലും ബസ് നിർത്തി പിന്നാക്കമെടുത്ത് പാടുപെട്ടാണ് ഡ്രൈവർ ചുരം കയറ്റുന്നത്.

ചുരത്തിലൂടെ സ്ഥിരം യാത്ര ചെയ്യുന്നവരൊക്കെ മൂക്കത്ത് വിരൽ വെച്ചു. വെള്ളച്ചായമടിച്ച സാദാ ലിമിറ്റഡ് സ്റ്റോപ്പ് ബസ്സുകൾ പോലും സൂപ്പർ ഫാസ്റ്റ് ബോർഡ് വെച്ച ബസ്സിനെ പിന്നിലാക്കി പാഞ്ഞ് ചുരം കയറിപ്പോയി. വേഗമെത്താൻ സൂപ്പർ ഫാസ്റ്റിൽ മാറിക്കയറിയവരൊക്കെ

ചീത്തവിളിക്കാനും തുടങ്ങി. ചെവിയിൽ പഞ്ഞിയുണ്ടെന്ന് വിചാരിച്ച് കറുത്ത റോഡിൽ കണ്ണും നട്ട് ഞാൻ ഒന്നും മിണ്ടാതിരുന്നു.

ഒടുവിൽ മണിക്കൂറുകൾ പലതു വൈകി ബസ് സുൽത്താൻ ബത്തേരി ഡിപ്പോയിൽ തിരികെയെത്തി.

മറ്റൊരു ദുരിതയാത്ര കൂടി അവസാനിച്ചു എന്ന തിരിച്ചറിവിലേക്ക് എന്നെയെത്തിക്കാൻ ശ്രമിച്ച് ഞാൻ കുറച്ച് നേരം കൂടി ബസ്സിൽ തന്നെ ഇരുന്നു. ഡ്രൈവർ ശിവദാസേട്ടൻ ഉറക്കമുണർന്നു.

'പോവാനാവില്ല... ആവില്ലാന്ന് ഞാൻ കാല് പിടിച്ച് പറഞ്ഞതാ. ഇപ്പോ എന്തായി' ബാഗിൽ നിന്ന് രാവിലെ ഡോക്ടർ തന്ന മെഡിക്കൽ സർട്ടിഫിക്കറ്റ് തപ്പിയെടുക്കുന്നതിനിടെ ആള് പറഞ്ഞു.

"ഇവന്മാർക്കുള്ള പണി ഞാൻ കൊടുക്കാം."

പിന്നെ ഒരു കയ്യിൽ ബാഗും മറുകയ്യിൽ സർട്ടിഫിക്കറ്റും പിടിച്ച് മോഹൻലാൽ സ്റ്റൈലിൽ ഒരു പോക്കായിരുന്നു ഡിപ്പോയിലേക്ക്.

ആ കേസ് എന്തായോ ആവോ! അതിന്റെ തീർപ്പ് വരും മുമ്പേ ഞാൻ കെ.എസ്.ആർ.ടി.സി. വിട്ടിരുന്നു.

ചിരി ചുണ്ടിൽ തിരികെ ചേർക്കും ഓർമകൾ

സംഘർഷങ്ങളും ആയാസങ്ങളും അസംഖ്യമുള്ള ജോലി തന്നെയാണ് കെ.എസ്.ആർ.ടി.സിയിലേത്. മുമ്പേ പറഞ്ഞതുപോലെ ഏത് വിഭാഗത്തിൽപെടുന്ന ജീവനക്കാരനും അതിൽ നിന്നും മോചിതനുമല്ല. ഏത് വളവിലും തിരിവിലും വെച്ച് അത്തരത്തിലൊന്ന് നിങ്ങളുടെ മേൽ ചാടി വീഴാം.

എങ്കിലും പൊടി സഹൃദയനും ചിരി കണ്ടെത്താൻ ഇഷ്ടപ്പെടുന്നയാളുമാണ് നിങ്ങൾ എങ്കിൽ ഓർത്തുവെക്കാനും ചിരിക്കാനും കുറച്ചേറെ അവസരങ്ങൾ തരും കെ.എസ്.ആർ.ടി.സിയിലെ ജോലി.

അക്കാലത്ത് ഉള്ളാലെ ചിരിച്ച - ചിലപ്പോഴൊക്കെ സ്വയം മറന്ന് ചിരിച്ച - ചിരി ഇപ്പോഴും എന്റെ ചുണ്ടിൽ നിന്ന് മാഞ്ഞ് പോയിട്ടുമില്ല.

കണ്ടക്ടർ കയറാത്ത ബസ്

കണ്ടക്ടറില്ലാതെ ഒട്ടു ദൂരം പോയ ബസ്സിന്റെ കഥ - അല്ല, കഥയല്ല അനുഭവം - പറഞ്ഞ് തുടങ്ങട്ടെ ആദ്യം.

ജോയിൻ ചെയ്തിട്ട് അധികമായിട്ടില്ല. സുൽത്താൻ ബത്തേരി - ഗുണ്ടൽ പേട്ട - കോഴിക്കോട് സർവ്വീസ് നടത്തി നട്ടപ്പാതിരക്ക് ഓട്ടമവസാനിപ്പിക്കുന്ന '6 മണി പേട്ട' എന്നറിയപ്പെടുന്ന സർവ്വീസിലാണ് അന്ന് പോസ്റ്റിംഗ്.

ഡ്രൈവർ കോഴിക്കോട് നിന്നുള്ള ഒരു സുരേഷ് ചേട്ടൻ. ഞാൻ അദ്ദേഹത്തേയോ അങ്ങേര് എന്നേയോ മുമ്പ് കണ്ടിട്ടുകൂടിയില്ല.

പെട്ടെന്ന് ടിക്കറ്റ് കൊടുത്ത് തീർന്നാൽ പിന്നെ ഒട്ടുദൂരം കാട്, കാട്ടുമൃഗങ്ങൾ, ചെണ്ടുമല്ലി, സൂര്യകാന്തി, പച്ചക്കറിപ്പാടങ്ങൾ ഒക്കെ കണ്ടിരിക്കാവുന്ന ഡ്യൂട്ടി.

ഇടയിലൊരുവട്ടം ഡിപ്പോയിൽ വന്ന് ട്രാക്കിലിട്ട് ആളെക്കയറ്റാൻ നിർത്തിയ ബസ് ഞാൻ സമയം വെച്ച് തിരികെ വന്നപ്പോൾ കാണാനില്ല!

എന്തെങ്കിലും കേടുതീർക്കാൻ ഡ്രൈവർ വർക്ക്ഷോപ്പിലേക്ക് മാറ്റിക്കാണുമെന്നാണ് ഞാൻ ആദ്യം കരുതിയത്. പക്ഷേ അവിടെ വൈകീട്ട് സർവ്വീസ് നടത്തേണ്ട കുറച്ച് സൂപ്പർ ക്ലാസ് ബസ്സുകളല്ലാതെ നമ്മുടെ മലബാർ ഇല്ല.

ഒറ്റക്കുതിപ്പിന് ഞാൻ തിരികെ വന്നപ്പോൾ ഒരു കോഴിക്കോട് ബസ്സിലെ ഡ്രൈവർ പറഞ്ഞു.

"പേട്ട പോയിട്ട് 3-4 മിനിറ്റായി. കണ്ടക്ടർ കയറിയില്ലായിരുന്നോ!"

ഞാൻ ഒട്ടും വൈകാതെ സ്റ്റേഷൻമാസ്റ്ററുടെ അടുത്ത് റിപ്പോർട്ട് ചെയ്തു. ഡ്രൈവറുടെ നമ്പർ വല്ലവിധേനയും തപ്പിയെടുത്ത് സ്റ്റേഷൻ മാസ്റ്റർ വിളിച്ചുനോക്കി. ബെല്ലടിക്കുന്നുണ്ട്. എടുക്കുന്നില്ല. സർവ്വീസിനിടെ ഒരു കെ.എസ്.ആർ.ടി.സി. ഡ്രൈവറും ഫോണെടുക്കുകയില്ല.

അത്യപൂർവ്വങ്ങളിൽ അപൂർവ്വമായ സംഭവമാണ് കണ്ടക്ടറില്ലാതെ ബസ് പോവൽ. കണ്ടക്ടർ കയറി ബെല്ല് കൊടുത്തിട്ടേ ബസ് നീങ്ങാവൂ എന്നാണ് നിയമം.

പുതിയ സംഭവത്തിലെ 'നായക'നായ എന്റെ ചുറ്റിലും പെട്ടെന്ന് തന്നെ ഒരു കൂട്ടം രൂപപ്പെട്ടു. പലരും ഡ്രൈവറെ വിളിക്കുന്നത് തുടർന്നു കൊണ്ടിരുന്നു.

അന്നേരം ഡ്യൂട്ടിയിലുണ്ടായിരുന്ന CITU യൂണിയൻ സെക്രട്ടറി ജിനു ബാനർജി കാര്യങ്ങൾക്ക് പ്രായോഗികമായി ഒരു തീർപ്പുണ്ടാക്കാൻ ഇടപെട്ടു. ഡ്യൂട്ടിയിലുണ്ടായിരുന്ന ഒരു മെക്കാനിക്കിനെ വിളിച്ച് ബൈക്കിൽ എന്നേയും കൊണ്ട് ബസ് പോയ വഴിയേ വിടാൻ പറഞ്ഞു.

മെക്കാനിക്കിന്റെ ടി.വി.എസ് വിക്ടർ മൈസൂർ റോഡ് വഴി പറപറന്നു. ടൗൺ പരിധി വിട്ടതേ ഉള്ളൂ. അപ്പോഴതാ ലൈറ്റൊക്കെ ഇട്ട് ഹോണൊക്കെ മുഴക്കി കുതികുതിച്ച് തിരികെ വരുന്നു നമ്മുടെ ഗുണ്ടൽപേട്ട ബസ്.

ഏതാണ്ട് നടുറോഡിൽ തന്നെ ബൈക്ക് നിർത്തി ബസ് തടഞ്ഞ് മെക്കാനിക്കിന് നന്ദി പറയാൻ പോലുമുള്ള സമയമെടുക്കാതെ ഞാൻ ബസ്സിൽ പാഞ്ഞുകയറിയപ്പോൾ ഡ്രൈവറൊഴികെയുള്ള സകലരും ചിരിച്ചുപോയി.

പുതുതായി കയറിയവർക്ക് കൂടി ടിക്കറ്റ് കൊടുത്ത് സ്വസ്ഥമായിക്കഴിഞ്ഞപ്പോൾ ഞാൻ ഡ്രൈവറുടെ അടുത്ത് ചെന്നു.

ആരോ ബെല്ലടിച്ചിട്ടുണ്ട്. അത് തീർച്ച. അത് ഞാനാണെന്ന് കരുതിയാണ് ഡ്രൈവർ ബസ്സെടുത്തത്. ടൗൺ വിട്ട് മൂലങ്കാവ് എത്തിയപ്പോഴാണ് ബസ്സിൽ കണ്ടക്ടറില്ലാത്ത വിവരം യാത്രക്കാർ ശ്രദ്ധിക്കുന്നത്. ഉടനെതന്നെ അവിടെയിട്ട് തിരിച്ച് വരികയായിരുന്നു.

പക്ഷേ ആരാണ് ബെല്ല് കൊടുത്തത്? ചോദ്യം ഞങ്ങൾ തമ്മിൽ തമ്മിലും യാത്രക്കാരോടും ചോദിച്ചു. ഒരു മറുപടിയും കിട്ടിയില്ല. പക്ഷേ ബെല്ലടിച്ചത് എല്ലാവരും കേട്ടിട്ടുണ്ടുതാനും.

'വല്ല ചാത്തന്മാരുമായിരിക്കണം' എന്ന് സുരേഷ് ചേട്ടന്റെ തോന്നലിനെ നിസ്സാരമാക്കി ഞാൻ പിറകിലെ സീറ്റിൽ ചെന്നിരുന്നു.

ഏതായാലും പേട്ടയിലെത്തിയപ്പോൾ 'ചാത്തൻ പ്രതി' ഞങ്ങൾക്കു മുമ്പിൽ വെളിപ്പെട്ടു.

ഗുണ്ടൽപേട്ടയിറങ്ങി സർഗൂരിലേക്ക് പോവേണ്ട ഒരു താടിവാല ബർത്തിൽ സാധനങ്ങൾ കയറ്റിവെച്ചപ്പോൾ കയറിൽ കൈ തട്ടി ബെല്ല് മുഴങ്ങുകയായിരുന്നു. പിറകിലെ സീറ്റിനടുത്ത് അട്ടിവെച്ചിരുന്ന അയാളുടെ ബാഗേജുകൾ ഇറക്കാൻ സഹായിക്കുന്നതിനിടെ ഒരു രഹസ്യം പോലെ അയാളെന്നോട് പറയുകയായിരുന്നു ഇക്കാര്യം.

'ചാത്തൻസേവ'യുടെ രഹസ്യം വെളിപ്പെട്ടുവെങ്കിലും ഞങ്ങളുടെ പ്രശ്നം അവിടെ തീരുന്നതായിരുന്നില്ല.

കണ്ടക്ടറില്ലാതെ വണ്ടിയോടുക എന്ന പ്രശ്നത്തിന് റിപ്പോർട്ടും നടപടിയും ഉണ്ടായേക്കാം. ഏതായാലും അങ്ങനെ വരികയാണെങ്കിൽ അത് ഞാൻ മാത്രമേൽക്കാമെന്ന് മടക്കയാത്രയിൽ ധാരണയായി. കാരണം തുടക്കക്കാരനെന്ന നിലക്ക് എനിക്ക് ചില എക്സ്ക്യൂസൊക്കെ കിട്ടാൻ വകയുണ്ട്. ഡ്രൈവർക്ക് അങ്ങനെയില്ലതാനും.

ഏതായാലും ഞാൻ രാജിവെച്ച് പോരും വരെ ഈ പിഴവിന്റെ പേരിൽ എനിക്ക് പിഴ മൂളേണ്ടി വന്നില്ല. ഇപ്പോഴും സർവ്വീസിലുള്ള സുരേഷ് ചേട്ടന് വല്ല ശിക്ഷാനടപടിയും നേരിടേണ്ടി വന്നിരുന്നോ ആവോ!

പാൻപരാഗ് സാഹസികൻ

രാവിലെ 7.30ന് കോഴിക്കോട്ടേക്ക് പോവുന്ന ഒരു സർവ്വീസുണ്ട്. ഒരു ലിമിറ്റഡ് സ്റ്റോപ്പ് ഓർഡിനറി. കുറച്ച് കഷ്ടപ്പാട് നിറഞ്ഞ സർവ്വീസാണത്. രണ്ട് വട്ടം തുടരെ ചുരം ഇറങ്ങണം, കയറണം. രാത്രി ഒമ്പതരയ്ക്ക് തീരേണ്ട ഡ്യൂട്ടി 11 ആയാലും തീരില്ല. പലപ്പോഴും ആ സർവ്വീസിന് നിയോഗിക്കപ്പെട്ടപ്പോഴൊക്കെ അതാണ് അനുഭവം. ബസ്സിന്റെ പേരിൽ മാത്രമേ ലിമിറ്റഡ് സ്റ്റോപ്പ് ഉള്ളൂ. സകലയിടത്തും നിർത്തണം. ഇല്ലെങ്കിൽ ആളുകൾ ചീത്തവിളിക്കും. പ്രത്യേകിച്ചും ചുരത്തിന് താഴെ. പക്ഷേ അപൂർവം ചിലപ്പോൾ ലോട്ടറിയടിക്കാറുണ്ട്. സ്ഥിരം ബസ് മറ്റു സർവീസുകൾക്കായി ഉപയോഗിക്കുമ്പോൾ 7:30ന്റെ ലിമിറ്റഡ് ഓർഡിനറി ഒറ്റയടിക്ക് സൂപ്പർ ഫാസ്റ്റാക്കി മാറ്റും. സ്പെയർ ഉള്ള നല്ല ഒരു ബസ്സും അനുവദിക്കും.

അങ്ങനെ സർവീസ് സൂപ്പറായി പ്രൊമോഷൻ കിട്ടിയ ദിവസമാണ് പാൻപരാഗ് സാഹസികനെ പരിചയപ്പെടാനും 'ജീവിതപാഠങ്ങ'ളഭ്യസിക്കാനും എനിക്ക് അവസരം ലഭിച്ചത്. ഒരു 20-22 വയസ്സ് പ്രായം മതിക്കുന്ന പയ്യനാണ്. സുൽത്താൻ ബത്തേരി ഗ്യാരേജിൽനിന്ന് വണ്ടിയെടുക്കുമ്പോൾ തന്നെ ആൾ ഹാജരുണ്ടായിരുന്നു. അതും വേറെ സീറ്റുണ്ടായിട്ടും കൃത്യം കണ്ടക്ടറുടെ സീറ്റിൽ തന്നെ.

കല്പറ്റ വിടും വരെ ബസ്സിൽ നല്ല തിരക്കുണ്ടായിരുന്നു. അത് കഴിഞ്ഞ് ഞാൻ ചെന്ന് സീറ്റിൽ ഇരുന്നപ്പോൾ പയ്യൻ കാര്യമായെന്തോ ചവയ്ക്കുകയാണ്. കുറച്ച് കഴിഞ്ഞപ്പോൾ അവൻ പാന്റിന്റെ ഏതോ നിഗൂഢ പോക്കറ്റിൽ കയ്യിട്ട് കിലുകിൽ ഒച്ചയുണ്ടാവുന്ന ഒരുപാക്കറ്റ് പുറത്തെടുത്തു. പിന്നെ അതിലും ഗൂഢമായി ഒരു നുള്ള് പൊടിയെടുത്ത് വായുടെ ഏതോ ഉള്ളറയിൽ തിരുകിവെച്ചു. പിന്നെ ബസ് വേഗത കുറയുമ്പോഴൊക്കെ തുപ്പാൻ തുടങ്ങി.

ലക്കിടി കഴിഞ്ഞ് ചുരമെത്തിയതോടെ അവൻ മറ്റൊരു പോക്കറ്റിൽ കയ്യിട്ട് വേറൊരു സാധനം പുറത്തെടുത്തു. ഇത്തവണ അതിന്റെ പേര് വായിക്കാനെനിക്ക് പറ്റി. പാൻപരാഗ്.

കവറിന്റെ ഒരു ഭാഗത്ത് കലാപരമായി തട്ടി കുറച്ച് ആഷ് നിറമാർന്ന പൊടി അവൻ കയ്യിൽ വീഴ്ത്തി. പിന്നെ കുറച്ച് നേരം അത് തിരുമ്മി പരുവപ്പെടുത്തുന്നതിൽ മാത്രമായി അവന്റെ ശ്രദ്ധ. അത് കഴിഞ്ഞ് ഒന്ന് കുനിഞ്ഞ് കുറച്ച് പൊടി ശ്രദ്ധയോടെ ഊതിക്കളഞ്ഞു.പിന്നെ കൈവെള്ളയിലവശേഷിച്ചത് വായിലേക്ക് തട്ടി.

പുറത്തേക്കുള്ള തുപ്പൽ പിന്നേയും നിർബാധം തുടർന്നു. ഓരോ ചുരം വളവിലും അധീശത്വം സ്ഥാപിക്കെന്നെന്നവണ്ണം.

ചവയ്ക്കലിനും തുപ്പലിനും ഒപ്പം 'തള്ളലി'നും ഒരു കുറവുമുണ്ടായിരുന്നില്ല. പയ്യൻ ചുരുങ്ങിയ സമയംകൊണ്ട് എന്നെ പരിചയപ്പെടുകയും ജോലിവിശേഷങ്ങൾ ചോദിച്ചറിയുകയും ചെയ്തു. ഇടക്ക് കുറച്ച് പാൻപരാഗ് എനിക്ക് നേരെ നീട്ടിയപ്പോൾ ഞാൻ കൈകൂപ്പി ഒഴിഞ്ഞു. അതോടെ പയ്യൻ എന്നെക്കേറി കാര്യമായിട്ടൊന്നുപദേശിച്ചു.

"ചേട്ടാ, വെറുതെ ഇങ്ങനെ ജീവിച്ചിട്ടെന്തുകാര്യം? ജീവിതത്തിന് കുറച്ച് അർത്ഥവും സാഹസികതയുമൊക്കെ വേണ്ടേ? മരിച്ചു മണ്ണാവാനുള്ള ശരീരമല്ലേ? മണ്ണിൽ നിന്നും വന്ന നമ്മൾ മണ്ണിലേക്ക് തന്നെ പോവും എന്നാണ് എല്ലാ മതഗ്രന്ഥങ്ങളും പറയുന്നത്. അതുകൊണ്ട് ഇതൊക്കെയൊന്ന് ട്രൈ ചെയ്യണം..."

എന്നിങ്ങനെപോയി ഉപദേശവും തത്ത്വചിന്തയും.

അടിവാരത്തുനിന്ന് കുറച്ച് പേർ കയറിയതോടെ തൽക്കാലത്തേക്ക് രക്ഷയായി.അവർക്കും ടിക്കറ്റു കൊടുത്ത് ആളെയെണ്ണി ഉറപ്പിച്ച്

മടങ്ങിയപ്പോൾ കണ്ടത് പയ്യൻ തല പുറത്തേക്കിട്ട് ഛർദ്ദിക്കുന്നതാണ്. ഊർജ്ജമത്രയും കൊടുത്ത് ശബ്ദഘോഷത്തോടെയുള്ള വാൾ. അകത്തുള്ളത് കുറച്ച് പുറത്തേക്ക് പോയപ്പോൾ അവന് സമാധാനമായെന്ന് തോന്നുന്നു.

വല്ലാത്ത പരവേശത്തോടെ അവൻ പിന്നാക്കം ചാരിക്കിടന്നു. കുറച്ച് വെള്ളം കുടിക്കാൻ ആവശ്യപ്പെട്ടപ്പോൾ, കഷ്ടം, ലഹരിക്കുള്ള സാധനങ്ങളല്ലാതെ മറ്റൊന്നും അവന്റെ കയ്യിലുണ്ടായിരുന്നില്ല.

ഡ്രൈവർ സീറ്റിനടുത്തുവെച്ച എന്റെ ബാഗിൽ നിന്ന് വെള്ളമെടുത്ത് ഞാൻ അവന് കൊടുത്തു. അത് കുറച്ച് അധികം കുടിച്ചതോടെ അവന്റെ പരവേശമൊന്നടങ്ങി.

ഈങ്ങാപ്പുഴനിന്ന് കയറിയ കുറച്ച് പേർക്ക് ടിക്കറ്റ് നൽകി ഞാൻ തിരികെ വന്നപ്പോഴേക്കും സാഹസികൻ സൈഡിലെ കമ്പിയിൽ തല ചായ്ച്ച് നല്ല ഉറക്കമായിരുന്നു. രാവിലെ ഒമ്പത് മണി നേരത്ത് ചെറുപ്പക്കാരനൊരുത്തന്റെ അന്തംവിട്ടുറക്കം കണ്ട് എനിക്ക് കഷ്ടം തോന്നി.

ആൾക്കിറങ്ങേണ്ട താമരശ്ശേരിയായപ്പോൾ ഞാൻ അവനെ കുലുക്കി വിളിച്ചു. പയ്യൻ തല ഉയർത്താതെ ഒരു കൈമുദ്ര കാണിച്ചു. ഇവിടെ ഇറങ്ങുന്നില്ല യാത്ര തുടരുകയാണ് എന്നായിരുന്നു അതിന്റെ അർത്ഥം. പിന്നെ കണ്ണടച്ച് കിടന്ന് തന്നെ പോക്കറ്റിൽ നിന്നൊരു നോട്ടെടുത്ത് നീട്ടി. കോഴിക്കോട് എന്ന് പറയുകയും ചെയ്തു.

ബസ് പിന്നേയും ഒരു മണിക്കൂർ കൂടി ഓടി കോഴിക്കോട് സ്റ്റാന്റിലെത്തി. എല്ലാവരുമിറങ്ങിയിട്ടും നമ്മുടെ സാഹസികൻ മാത്രം ഇറങ്ങിയില്ല.

ബസ് തിരികെ സുൽത്താൻ ബത്തേരിയിലേക്ക് പോവുന്നത് നാല്പത് മിനിറ്റുകൂടി കഴിഞ്ഞാണ്. ആ സമയമത്രയും ബസ്സിലിരുന്ന് ഉറങ്ങി മടക്കയാത്രയിൽ താമരശ്ശേരിയിൽ ഇറങ്ങാനായിരുന്നു അവന്റെ പ്ലാൻ.

സമയത്ത് തന്നെ ഞങ്ങൾ ബത്തേരിയിലേക്ക് മടക്കയാത്ര തുടങ്ങി. പയ്യന്റെയടുത്ത് ടിക്കറ്റെടുക്കാനെത്തിയപ്പോൾ ഞാൻ അക്ബർ കക്കട്ടിലിന്റെ കഥയിലെ ഒരു കഥാപാത്രത്തെയാണ് ഓർത്തത്. ഒരു ബസ്സിന്റെ മുഴുവൻ ട്രിപ്പുകളിലും യാത്രചെയ്യുന്ന ഒരു യാത്രക്കാരനെക്കുറിച്ചായിരുന്നു അക്കഥ.

നമ്മുടെ പയ്യനേതായാലും താമരശ്ശേരിവരെ മാത്രമേ ടിക്കറ്റ് വാങ്ങിയുള്ളൂ, ആശ്വാസം.

താമരശ്ശേരിയിൽ എത്തിയപ്പോൾ ഞാനവനെ വിളിച്ചെഴുന്നേൽപിച്ചു. അവൻ ഇറങ്ങി. പിന്നെ ജീവിതമാസ്വദിക്കേണ്ട വിധത്തെപ്പറ്റി എന്നെ

ഉപദേശിച്ച ആ സാഹസികൻ ശിരസ്സ് നെഞ്ചോടൊട്ടിച്ച്, ഇടിഞ്ഞ ചുമലുകളുമായി ഒന്ന് തിരിഞ്ഞ് നോക്കുക പോലും ചെയ്യാതെ നടന്നുനീങ്ങി.

ബസ്സിന് ഡബിൾ ബെൽ കൊടുക്കുമ്പോൾ എന്തുകൊണ്ടോ സഹതാപമല്ല, തോന്നിയത് വേദനയാണ്.

ഓടിയിട്ടും ഓടിയിട്ടും തീരാത്ത തൃശൂർ റൗണ്ട്

തൃശ്ശൂരിൽ പലവട്ടം പോയിട്ടുണ്ട്. റൗണ്ടിലൂടെ ബസ്സിലും കാറിലും പോരാത്തതിന് കാൽ നടയായി ആഞ്ഞു കൈവീശിയും സഞ്ചരിച്ചിട്ടുണ്ട്. അന്ന് പക്ഷേ എന്താണ് സംഭവിച്ചത് എന്ന്, എവിടെയാണ് പിഴച്ചത് എന്ന് ഇന്നും അതിശയമാണ്.

തിരുവനന്തപുരത്തുനിന്നും എന്തോ കാര്യത്തിന് പണിഷ്മെന്റ് ട്രാൻസ്ഫർ കിട്ടി ബത്തേരിയിലേക്ക് വന്ന ഒരു ചേട്ടനാണ് ഡ്രൈവർ.

സുൽത്താൻ ബത്തേരിയിൽ നിന്ന് തിരുവനന്തപുരത്തേക്ക് വൈകുന്നേരം 6:30ന് പുറപ്പെടുന്ന ഡീലക്സ് ബസ്സായിരുന്നു.

രാത്രി 12:30 ഒക്കെ കഴിഞ്ഞിട്ടുണ്ടാവും മഴക്കാലമാണ്. നല്ല അസ്സലായിട്ട് മഴ പെയ്യുന്നുമുണ്ട്. കോഴിക്കോട് ഭാഗത്തു നിന്ന് ബസ്സ്റ്റാന്റിലേക്ക് പോവേണ്ട ഞങ്ങൾ സ്റ്റാന്റിൽ കയറാതെ വഴിതെറ്റി റൗണ്ടിലൂടെ ഒരു വട്ടംവെച്ചു. അബദ്ധം മനസ്സിലായതോടെ സ്റ്റാന്റിലേക്കുള്ളതെന്ന തീർപ്പിൽ വേറൊരു വഴിയിൽ പ്രവേശിച്ച് വീണ്ടും ചുറ്റിത്തിരിഞ്ഞ് റൗണ്ടിൽ തന്നെ എത്തി.

വീണ്ടും ഒരു വട്ടംകൂടി റൗണ്ട് ചുറ്റി. പിന്നേയും ഏതൊക്കെയോ വഴികളിൽ കൂടിയൊക്കെ ഓടി. പക്ഷേ സ്റ്റാന്റിലേക്ക് മാത്രം എത്തുന്നില്ല. യാത്രികർ മിക്കവരും നല്ല ഉറക്കമായതിനാൽ അവരാരുമതറിഞ്ഞില്ലെന്നു മാത്രം. ഒടുവിൽ ദുരഭിമാനം വെടിഞ്ഞ് ഒരു ഓട്ടോഡ്രൈവറോട് വഴി ചോദിച്ചു. ആൾ ഞങ്ങളെ അന്തം വിട്ട് നോക്കിയശേഷം ശരിയായവഴി പറഞ്ഞു തന്നു.

പലവട്ടം തൃശൂരിൽ വന്നിട്ടും വഴിതെറ്റിയല്ലോ എന്ന ജാള്യതയിൽ ഞാനിരിക്കുമ്പോൾ ഡ്രൈവർ ആശ്വസിപ്പിച്ചു. “സാരമില്ലന്നേ. ഒന്നുമില്ലേലും നമ്മക്ക് രണ്ട് വട്ടം വടക്കുംനാഥനെ വലംവെക്കാനായല്ലോ!”

വെളുത്ത ഫലിതങ്ങൾ

ഒരേ ഡിപ്പോയിൽ ജോലി ചെയ്യുന്നവരാണങ്കിലും ജീവനക്കാർക്ക് പരസ്പരം മുഴുവൻ പേരെയും പരിചയമുണ്ടാവുകയില്ല. അതിപ്പോൾ എത്രകാലം ജോലി ചെയ്താലുമതേ. അതിൽ തെല്ലുമില്ല അദ്ഭുതം. കാരണം പലരുടേയും ജോലി സമയം ആരംഭിക്കുന്നതും ജോലി

അവസാനിക്കുന്നതും പല സമയത്തായിട്ടാണ് എന്നത് തന്നെ. രാവെന്നോ പകലെന്നോ വ്യത്യാസമില്ലാതെ ദിവസത്തിന്റെ എല്ലാ മണിക്കൂറുകളിലും ജോലി ആരംഭിക്കുകയും ജോലി നടക്കുകയും ജോലി അവസാനിക്കുകയും ചെയ്യുന്നത് ഒരുപക്ഷേ കെ.എസ്.ആർ.ടി.സിയിൽ മാത്രമാവും.

ഉദാഹരണത്തിന് സുൽത്താൻ ബത്തേരി-കോഴിക്കോട്-ബാംഗ്ലൂർ ബസ്സിലെ ജീവനക്കാരുടെ ജോലി തുടങ്ങുന്നത് ഉച്ചയ്ക്ക് ഒന്നേ നാല്പത്തഞ്ചിനാണ്. അവസാനിക്കുന്നത് പിറ്റെന്നാൾ ഒരു മണിക്കും. അതേ സമയം പുലർച്ചെ നാല് മണിക്ക് ജോലിയാരംഭിക്കുന്നു ചില കോഴിക്കോട് ബസ്സിലെ ജീവനക്കാർക്ക്. അവരുടെ ഒരു ദിനമവസാനിക്കുന്നത് രാത്രി എട്ടരയ്ക്കാവും. ഇങ്ങനെ ഒരു ഡിപ്പോയിൽ നിന്ന് നൂറ് സർവീസുകൾ ഓപ്പറേറ്റ് ചെയ്യുന്നുണ്ടെങ്കിൽ 100 വ്യത്യസ്തസമയത്താവും ജോലിയാരംഭവും ജോലി അവസാനവും. ഇതിനിടെ അപൂർവ്വം സഹപ്രവർത്തകരെ മാത്രമേ നമുക്ക് കാണാനും പരിചയപ്പെടാനും കഴിയൂ.

മറ്റു ജോലികളിൽ കല്യാണം, സമരം, മരണം, സമ്മേളനം ഒക്കെ സഹപ്രവർത്തകരുടെ കൂടിച്ചേരലിന് വേദിയാവാറുണ്ട്. കെ.എസ്.ആർ.ടി.സിയിൽ പക്ഷേ ആ സമയത്തും കുറച്ചേറെ പേർ ഓടുന്ന വാഹനങ്ങളിലാവും.

മുഴുവൻ സമയവും ഡിപ്പോയിലുണ്ടായിട്ടും നമ്മൾ കണ്ടുമുട്ടാത്ത ഒരു കൂട്ടരുണ്ട്. അവരാണ് മെക്കാനിക്കൽ വിഭാഗത്തിലെ ജീവനക്കാർ. കെ.എസ്.ആർ.ടി.സി. സംവിധാനം തട്ടുതടവില്ലാതെ കൊണ്ടുപോവുന്നതിൽ പ്രധാന പങ്കുവഹിക്കുന്ന ഇവരെപ്പോഴും കർട്ടന് പിറകിലായിരിക്കും. കുറച്ചുകൂടി കൃത്യമായി പറഞ്ഞാൽ ബസ്സിന് അടിയിൽ ആയിരിക്കും.

ഡിപ്പോ വർക്ക്ഷോപ്പിൽ കേടുപാടുകൾ തീർക്കാൻ നിർത്തിയിട്ട ബസ്സുകൾക്കുണ്ടാവുന്ന അസംഖ്യം തകരാറുകൾ പരിഹരിക്കുന്ന തിരക്കിലാവും അവരെപ്പോഴും. ചിലർ ടയർ മാറ്റിയിടുന്നുണ്ടാവും, ചിലർ ലീഫ് സെറ്റിന്റെ പണിയിലാവും, വേറെ ചിലർ ബ്രേക്കും ക്ലച്ചുമൊക്കെ ക്രമപ്പെടുത്തുകയാവും. അങ്ങനെ മനുഷ്യർക്കെന്നപോലെ ബസ്സുകൾക്കുമുണ്ടാവുന്ന അസംഖ്യം സൂക്കേടുകൾക്ക് ചികിത്സ ചെയ്യുകയാവും ഈ ഡോക്ടർമാർ!

നേരത്തേ പറഞ്ഞതുപോലെ ഇവരേയും മിക്കപ്പോഴും പുറത്തേക്ക് കാണാറില്ല. വല്ലപ്പോഴും വല്ല ചായ കുടിക്കാനോ മറ്റോ ഇറങ്ങുമ്പോഴാണിവരെ കണ്ടുകിട്ടുക.

നല്ല ജനുവിനായ തമാശകൾ ഉരുവപ്പെടുന്ന സ്ഥലമാണ് ഡിപ്പോയുടെ ഈ ഭാഗം. മെക്കാനിക്കും സുഹൃത്തുമായ ജോർജ്ജ് പറയുന്നത് പോലെ കരിയോയിൽ മണമുള്ള ഫലിതങ്ങളല്ല, നല്ല വെളുത്തചിരി വിടർത്തിയിടുന്ന ജീവിതഗന്ധിയായ തമാശകളാണവ.

അക്കൂട്ടത്തിൽ, അവർ പങ്കുവെച്ചവയിൽ, ഞാനിപ്പോഴും ഓർത്തുചിരിക്കുന്ന ഒന്നാണ് 'വിഎസ് ഒടിച്ചുനക്കൽ'. കെ.എസ്.ആർ.ടി.സിയിൽ ഒരുപാട് തലനരച്ച ഡ്രൈവർമാരുണ്ട്. അമ്പതും അതിനു മുകളിലും പ്രായമുള്ളവർ. മുമ്പ് ലോറിയിലും മറ്റും ജോലിനോക്കിയിരുന്നവർ. വിദ്യാഭ്യാസമൊക്കെ കുറവാണെങ്കിലും നല്ല എക്സ്പർട്ട് ഡ്രൈവർമാരായിരിക്കും ഇവർ. നമുക്ക് സധൈര്യം ഇവരുടെ കൂടെ സഞ്ചരിക്കാം. നേരത്തോട് നേരം കുത്തിയിരുന്ന് ജാഗ്രതയോടെ ഭദ്രമായി വണ്ടിയോടിച്ചുകൊള്ളും.

ബസ്സിന്റെ ഓട്ടമവസാനിപ്പിച്ചാൽ കണ്ടക്ടർക്ക് ജേർണി റിപ്പോർട്ട്, വേബില്ല് എന്നിവയാണ് കളക്ഷനോടൊപ്പം ഡിപ്പോയിൽ നൽകാനുള്ളത്. ഡ്രൈവർമാർക്ക് ലോഗ് ഷീറ്റും. അടിച്ച ഡീസലിന്റെയും ഓടിച്ച കിലോമീറ്ററിന്റേയുമൊക്കെ കണക്ക് ഇതിലാണ് രേഖപ്പെടുത്തുക. അതുപോലെ ബസ്സിന്റെ കേടുപാടുകളെക്കുറിച്ചും കുറിച്ചിടാം.

ഒരു തവണ ഇങ്ങനെ കംപ്ലയിന്റുകൾ രേഖപ്പെടുത്തിയത് പരിശോധിച്ച മെക്കാനിക്കൽ ജീവനക്കാർ നടുങ്ങിപ്പോയി.

ഒരു ബസ്സിന്റെ ഡ്രൈവർ എഴുതിവെച്ചിരിക്കുന്നു 'വി.എസ് ഒടിച്ചു നക്കണം' എന്ന്. പലരും അത് പലയാവർത്തി വായിച്ചുനോക്കിയെങ്കിലും ആർക്കും ഒന്നും പിടികിട്ടിയില്ല.

വി.എസ്. അച്യുതാനന്ദനാണ് അന്ന് മുഖ്യമന്ത്രി. കെ.എസ്.ആർ.ടി.സിയുടെ ചുമതല മാത്യു. ടി. തോമസിനും. എഴുതിയിരിക്കുന്നതോ പ്രതിപക്ഷയൂണിയനായ ടി.ഡി.എഫിലെ സജീവാംഗവും. സംഗതി പൊളിറ്റിക്കൽ സ്വഭാവമുള്ള, മുഖ്യമന്ത്രിക്കെതിരായ മുദ്രാവാക്യം തന്നെ. സംശയമില്ല, വ്യാഖ്യാനം വന്നു.

അത് പക്ഷേ ലോഗ്ബുക്കിൽ എഴുതിയിട്ടത് എന്തിനാവും?

ഏതായാലും പ്രതിഷേധക്കാരനെ നേരിട്ട് വിളിച്ച് വരുത്തി വിശദീകരണം ആവശ്യപ്പെട്ടു. അപ്പോഴല്ലേ സംഗതികളുടെ കിടപ്പു മനസ്സിലാവുന്നത്.

തുടർച്ചയായി ഒരേ ബസ് തന്നെയാണ് ഡ്രൈവർ സർവീസിന് ഉപയോഗിക്കുന്നത്. ബസ്സിനെന്തോ തകരാറുണ്ട്. അത് പരിഹരിക്കണമെന്ന് ഓരോ ഡ്യൂട്ടിദിനത്തിന്റെ അവസാനത്തിലും ഡ്രൈവർ ലോഗ്ബുക്കിൽ എഴുതിയിടാറുണ്ട്. പ്രശ്നം ക്ലിയർ ചെയ്തതായി മറുപടിയും രേഖപ്പെടുത്തി കിട്ടാറുണ്ട്. പക്ഷേ പരിഹാരം കടലാസിൽ മാത്രമാണ് എന്ന് ബോധ്യമായതോടെയാണ് മുതിർന്ന അധികാരിയായ വി.എസ്. നേരിട്ട് തന്നെ പരാതി എന്തെന്ന് ബോധ്യപ്പെടട്ടെ എന്ന് വെച്ച് 'വി.എസ് ഒടിച്ച് നക്കണം' എന്ന് എഴുതിയിട്ടത്. വി.എസ് എന്നാൽ വി.എസ് അച്യുതാനന്ദനെന്നല്ല വെഹിക്കിൾ സൂപ്പർവൈസറെന്നാണ്. 'ഒടിച്ച് നക്കണം'

എന്നതുകൊണ്ടുദ്ദേശിച്ചത് ഓടിച്ചു നോക്കണം എന്നാണ്. ചുരുക്കത്തിൽ 'വി.എസ് ഒടിച്ചു നക്കണം' എന്നെഴുതിയതിലൂടെ കവി ഉദ്ദേശിച്ചത് മുതിർന്ന ഡ്രൈവറായ വെഹിക്കിൾ ഇൻസ്പെക്ടർ തന്നെ വാഹന മോടിച്ച് ബസ്സിന്റെ നില പരിശോധിക്കണം എന്നാണ് ആശയം വ്യക്ത മായതോടെ ആശങ്ക അകന്നുപോയി.

'വയർ തട്ടുന്ന' പരാതിയും ഇത്തരത്തിൽ മെക്കാനിക്കുമാർ പറഞ്ഞു ചിരിക്കാറുള്ള ഒന്നാണ്. വയർ തട്ടുന്നുണ്ട് എന്ന് മാത്രമാണ് ഡ്രൈവർ പരാതിയായി രേഖപ്പെടുത്തിയിരുന്നത്. വണ്ടി പരിശോധിച്ച മെക്കാനിക്കു മാർക്ക് അടപടലേ പരിശോധിച്ചിട്ടും തട്ടുന്ന വയറേതെന്ന് കണ്ടെത്താ നായില്ല. അവസാനം പരാതിക്കാരനായ ഡ്രൈവറോട് നേരിട്ട് തിരക്കിയ പ്പോഴാണ് മനസ്സിലാവുന്നത്. ഡ്രൈവർ സീറ്റിലിരിക്കുമ്പോൾ ഡ്രൈവ റുടെ വയറ് സ്റ്റിയർ റിംഗിൽ തട്ടുന്നുണ്ട്. അതാണ് കുഴപ്പം. രണ്ട് നട്ടഴിച്ച് ഡ്രൈവിംഗ്സീറ്റ് ഒന്ന് പിന്നാക്കമാക്കുകയേ വേണ്ടിവന്നുള്ളൂ. വയർ ഓക്കെ, ഡബിൾ ഓക്കെ!

ഇങ്ങനെ ചിരിയും ആലോചനയുമുണർത്തിയ എന്തെന്ത് അനുഭവ ങ്ങൾ. കറുത്ത ടാർ റോഡ് പോലെ അവയങ്ങനെ നീണ്ടുകിടക്കുകയാണ് അവസാനമില്ലാതെ.

കൂടല്ലൂർ ബസ്സിലെ ഓണസദ്യ

പ്രളയകാലത്ത് മാത്രമല്ല തിരുവോണത്തിനും നിരത്തിലിറങ്ങും കെ.എസ്.ആർ.ടി.സി. ബസ്. മലയാളികളായി പിറന്നവരൊക്കെ അന്ന് ഓണാഘോഷത്തിന് അവധിയിലാവും. അതിനി എന്ത് ജോലിയാണെങ്കിലും. കെ.എസ്.ആർ.ടി.സിയിൽ പക്ഷേ ഇതൊന്നും ബാധകമല്ലല്ലോ. ആഘോഷനാളിൽ പുറത്തിറങ്ങുന്ന മനുഷ്യരേയും വഹിച്ച് ഓടണമല്ലോ. അതിനാൽ തിരുവോണനാളിൽ ഉച്ചനേരത്തു പോലും ഒരില ഊണിന് മുമ്പിലിരിക്കാതെ ജോലിയിലാവും കുറച്ചേറെ ജീവനക്കാർ. പേര് നോക്കിയാണ് അന്ന് ഡ്യൂട്ടി നിശ്ചയിക്കുക. ഓണം എല്ലാ മലയാളികളുടേയും ആഘോഷമാണെങ്കിലും മുസ്ലീം പേരുകാരും ക്രിസ്ത്യൻ പേരുകാരു മൊക്കെ അന്നേദിവസം ഓണമാഘോഷിക്കാതെ ഡ്യൂട്ടിക്കെത്തണമെന്നാണ് കെ.എസ്.ആർ.ടി.സിയിലെ ഒരലിഖിത നിയമം! മറ്റു നിവൃത്തിയില്ല, സർവ്വീസുകൾ മുടങ്ങാതെ നോക്കണമല്ലോ.

ജോലിക്ക് ചേർന്ന വർഷം തന്നെ എനിക്കും കിട്ടി ഈ 'സമ്മാനം'. ജീവിതത്തിൽ മുമ്പൊരിക്കലും അങ്ങനെ സംഭവിച്ചിട്ടില്ലാത്തതിനാൽ ഒട്ടൊരു മനഃപ്രയാസത്തോടെയാണ് ഞാനന്ന് ഡ്യൂട്ടിക്ക് പോയത്. ഡ്രൈവറായി പോസ്റ്റ് ചെയ്തിരിക്കുന്നത് ഒരു മുതിർന്ന ചേട്ടായിയെയാണ്. പേര് നോക്കിയാവണം അദ്ദേഹത്തിനും അന്ന് നറുക്ക് വീണത്.

അങ്ങനെ രാവിലെ 5:50 ന് തന്നെ ഞങ്ങൾ കൂടല്ലൂരിലേക്ക് പുറപ്പെട്ടു. കൂടല്ലൂരെന്നാൽ എം.ടി വാസുദേവൻനായരുടെ കൂടല്ലൂരല്ല. തമിഴ്നാട് നീലഗിരി ജില്ലയിലെ ഗൂഡല്ലൂരുമല്ല. വയനാട്ടിലെ ഒരു ടിപ്പിക്കൽ ഗ്രാമപ്രദേശമാണ് ഈ കൂടല്ലൂർ. ലോകമവസാനിച്ചത് പോലൊരു സ്ഥലം. കാടിന് നടുക്കെന്ന് പറയണം. കുറച്ച് പാവപ്പെട്ട ആദിവാസികളും ചെറുകിട കർഷകരുമൊക്കെയാണ് താമസം. അങ്ങോട്ടേക്ക് ഈയൊരു ബസ്സേ ഉള്ളു. അതിന്റെ സമയക്രമം അടിസ്ഥാനപ്പെടുത്തിയാണ് അവരുടെ സഞ്ചാരങ്ങൾ. രാവിലെ വണ്ടിക്കൂലി ചില്ലറയില്ലെങ്കിൽ വൈകീട്ട് തരുന്ന, ചിലപ്പോൾ യാത്രാക്കൂലി കടം പറയുന്ന മനുഷ്യരുള്ള സ്ഥലം. ഒരിക്കലും 7000 രൂപ തികച്ച് കളക്ഷൻ കിട്ടാത്തതിനാൽ നഷ്ടക്കൂട്ടത്തിൽ പെടുത്തിയിട്ടും കെ.എസ്.ആർ.ടി.സി. ഈ മനുഷ്യരെ പ്രതി സർവ്വീസ്

തുടരുന്നുണ്ട്. അതൊക്കെത്തന്നെയാണ് എനിക്ക് കെ.എസ്.ആർ. ടി.സിയോടുള്ള ഇഷ്ടവും.

ആദ്യ ട്രിപ്പിൽ രണ്ടുപേർ മാത്രമായിരുന്നു തിരുവോണനാളിൽ യാത്രക്കാർ. ഒരാൾ ഇടയ്ക്കുനിന്ന് കയറി ഇടക്കിറങ്ങിയ ഒരു പത്രവിതരണക്കാരൻ. സ്ഥിരം യാത്രികൻ തന്നെ. അയാൾക്കുമില്ല അന്നവധി. രണ്ടാമൻ 16 km മാത്രമുള്ള സർവ്വീസിന്റെ അവസാന സ്റ്റോപ്പിലിറങ്ങേണ്ട ആൾ.

ബസ് മൂടക്കൊല്ലി എന്ന സ്ഥലത്തെത്താറായപ്പോൾ ഒരാൾ ഷർട്ടൊന്നുമിടാതെ കൈലി ഉടുത്ത് വഴിയിൽ കയറി നിന്ന് സിഗരറ്റും വലിച്ച് അധികാരപൂർവ്വം തടഞ്ഞു നിർത്തി. അന്നാട്ടുകാരനും ജീവനക്കാരനും കൂടിയായ സിബിച്ചേട്ടനായിരുന്നു അത്. വീട്ടിൽ കയറി ചായ കുടിച്ചിട്ട് പോയാൽ മതി എന്ന് ആൾക്കൊരേ നിർബന്ധം. അതെങ്ങനെ നടക്കും? ട്രിപ്പിനിടയിലാണ്. ബസ്സിലൊരു യാത്രികനുമുണ്ട്. ഞാനന്തം വിട്ടു നിൽക്കേ 'വാടാ കൊച്ചനേ' എന്നും പറഞ്ഞ് ഡ്രൈവറ് ചേട്ടൻ മുൻവാതിൽ വഴി ഇറങ്ങി.

ബസ്സുവിളിച്ചുപോകുന്ന ഏക യാത്രികൻ 'പോയിട്ടുവാ സാറേ' എന്ന് പറഞ്ഞ് ബസ്സിലിരുന്ന് തന്നെ ഒരു ബീഡി കത്തിച്ചു. ഒടുക്കം നിവൃത്തിയില്ലാതെ ഞാനും ഇറങ്ങി. ഉണ്ണിയപ്പം, പൂവൻ പഴം, ദോശ, ചമ്മന്തി, പാലൊഴിച്ച ചായ, ശർക്കര ഉപ്പേരി ഒക്കെയായി പ്രാതലിന് കുറേ വിഭവങ്ങളുണ്ട്.

ഞാൻ മുള്ളിൽ നിന്നതുപോലെ നിന്ന് ആണ് ഒരു കോപ്പ ചായയും രണ്ട് ഉണ്ണിയപ്പവും കഴിച്ചത്. വല്ലവരും ഒന്ന് വിളിച്ചുപറഞ്ഞാൽ മതി. കുഴഞ്ഞതുതന്നെ. ഡ്രൈവറ് ചേട്ടന്മാർക്ക് ഒരു കുലുക്കവുമില്ല. അവര് ചില സർവ്വീസ് തമാശകളൊക്കെ പറഞ്ഞ് ആസ്വദിച്ച് ഭക്ഷണം കഴിക്കുകയാണ്. ഒടുവിൽ ഒരു പത്ത് പതിനഞ്ച് മിനിറ്റ് വൈകി ഡ്രൈവർ വന്ന് വണ്ടിയിൽ കേറി. ഏക യാത്രികനോട് ഒരു ബീഡി വാങ്ങി വലിച്ചുകൊണ്ട് അവസാനസ്റ്റോപ്പിലേക്ക് വണ്ടി വിട്ടു.

മടക്കയാത്രയിൽ 'കാലിയടിച്ചാൽ കമ്പനി' എന്ന മട്ടിലാണ് പോയത്. ഒരൊറ്റയാളുമില്ല. പിന്നീടുള്ള ട്രിപ്പുകളിലും ആള് കുറവ് തന്നെ. അപൂർവ്വം ചിലർ അമ്പലത്തിലേക്കും കുറച്ചുപേർ ബന്ധു വീടുകളിലേക്കും മറ്റും പോവാനായി ബസ്സിൽ കയറി. ഇതിനിടയിൽ ബത്തേരിയിലെ ഒരാശുപത്രിയിൽ പെട്ടുപോയ ബന്ധുക്കൾക്കുള്ള ഓണഭക്ഷണം ഒരാൾ വന്ന് ബസ്സിൽ തന്നുവിടുകയും വേറൊരാൾ സ്റ്റാന്റിൽ വന്ന് അത് കൈപറ്റുകയും ചെയ്തു.

ഉച്ചയായി. 1:10 ന്റെ ട്രിപ്പ് കൂടല്ലൂരിൽ വന്ന് മടങ്ങാൻ തുടങ്ങുകയാണ് ഞങ്ങൾ. ഒരേയൊരു ചായക്കടയാണുള്ളത് അവിടെ. അത് ഓണമായതിനാൽ അടച്ചിട്ടിരിക്കുന്നു.

ആ കടയുടെ മുമ്പിൽ നിന്ന് ഇറങ്ങി നാലഞ്ച് പേർ വന്ന് ബസ്സിൽ കയറി. പതിവായി യാത്ര ചെയ്യുന്നവരാണവർ. അന്നത്തെ വരവിന്റെ

ഉദ്ദേശ്യം ഞങ്ങൾക്ക് ഭക്ഷണം തരിക എന്നതാണ്. രണ്ടിലയൊക്കെ ചുരുട്ടിപ്പിടിച്ച് കയ്യിൽ ചില പാത്രങ്ങളുമൊക്കെയായാണ് വരവ്. ഒഴിഞ്ഞ് മാറാനൊന്നും പറ്റിയില്ല. അങ്ങനെയായിരുന്നു സ്നേഹനിർബന്ധം. ഓണമൊക്കെയല്ലേ, ചെറുതായി മിനുങ്ങിയിട്ടുമുണ്ട് ആഗതർ.

സീറ്റിൽ ഇലവെക്കലും വിളമ്പലുമൊക്കെ എടിപിടീന്ന് കഴിഞ്ഞു.

"ഓണമൊക്കെയല്ലേ ചേട്ടാ ചെക്കിംഗ് ഒന്നും കാണില്ല. ഭക്ഷണത്തിന് മുന്നേ ചെറുതായൊരെണ്ണം മിന്നിച്ചാലോ" വന്നവരിൽ ഒരാൾ ഡ്രൈവറോട് ചോദിക്കുന്നത് കേട്ട് ഞാൻ തലയിൽ കൈവെച്ചുപോയി.

സ്കൂൾ കാലത്തെ ഓർമ്മിപ്പിക്കും വിധം വശം ചെരിഞ്ഞിരുന്ന് ബസ്സിലിരുന്ന് നാക്കിലയിൽ പഴം, പപ്പടം, പായസം കൂട്ടി ഞങ്ങൾ ഓണമുണ്ടു. ജീവിതത്തിൽ നഷ്ടമായ ആദ്യത്തെ ഓണം അങ്ങനെ സഹജീവികളുടെ സ്നേഹം കൊണ്ട് അപ്രതീക്ഷിതമായി സമൃദ്ധമായി.

പത്രത്തിൽ വായിച്ചതാണ്. മലപ്പുറത്താണോ അതോ പെരുമ്പാവൂരാണോ എന്നോർമ്മയില്ല. നാട്ടുകാർ കൗതുകമുള്ള ഒരു സമരം നടത്തി. പ്രൈവറ്റ് ബസ്സുകളുടെ മത്സര ഓട്ടം തടയാൻ വേണ്ടിയായിരുന്നു അത്. ഓടിവരുന്ന ബസ്സിനെ തടഞ്ഞു നിർത്തും. എന്നിട്ട് വെട്ടിത്തിളയ്ക്കുന്ന ഒരു കപ്പ് കട്ടൻ ചായ ഡ്രൈവർക്ക് കൊടുക്കും. അത് കുടിച്ച് കഴിഞ്ഞിട്ടേ പോവാൻ പറ്റൂ. ഓട്ടത്തിനിടയിൽ ഇടവേളയെടുത്ത് ചൂടുചായ കുടിച്ച് സമയം ക്രമീകരിച്ച് ബസ് നീങ്ങും. അപ്പോഴേക്കും മത്സരിച്ചോടുന്ന അടുത്ത ബസ് എത്തും. അതിലെ ഡ്രൈവർക്കും ഇതേപോലെ ചായ കൊടുക്കും. കുടിക്കാനുള്ള ഇടവേള അയാളും എടുക്കും. അങ്ങനെ ഒരു പകൽ മുഴുവൻ ഇത് തന്നെ. നല്ല രസികൻ സമരമുറ. (ഇതേപ്പറ്റി വായിച്ച ഞാൻ പിന്നീടൊരു കഥയിൽ ഇതേ സമരത്തെപ്പറ്റി എഴുതുകയും ചെയ്തു)

ഇതൊരു ശിക്ഷയായിട്ടാണ് അന്നാട്ടുകാർ ചെയ്തത് എങ്കിലും പാനീയവും ഭക്ഷണവും പായസവുമൊക്കെ പലപല ആഘോഷങ്ങളുടേയും ഭാഗമായി ബസ്സിൽ കൊണ്ടുവന്ന് തരുന്നതിന്റെ ഒരുപാടനുഭവങ്ങളുണ്ടാവാറുണ്ട്. വിശേഷിച്ചും ലോക്കൽ സർവ്വീസുകളിൽ.

നിർത്തിവെച്ച ബസ് വീണ്ടും ഓടിത്തുടങ്ങിയപ്പോൾ ഒരു നാട്ടുമ്പുറത്തെ ആളുകൾ ബസ്സിന് സ്വീകരണം തന്നത് ഓർക്കുന്നു. അന്ന് കാക്കി വേഷത്തിൽ കണ്ടക്ടർ ബാഗ് കക്ഷത്തിൽവെച്ച് നിന്ന് ചടങ്ങിൽ മറുപടി പ്രസംഗം നടത്തിയതും പിന്നീട് അതേയിടത്തെ വായനശാലയുടെ പരിപാടി ഉദ്ഘാടനത്തിന് എഴുത്തുകാരനെന്ന നിലയ്ക്ക് അതിഥിയായി പോയതും കൗതുകമുള്ള കെ.എസ്.ആർ.ടി.സി. ഓർമ്മയായി മനസ്സിൽ മിന്നിനിൽക്കുന്നു ഇപ്പോഴും.

അങ്ങനെയങ്ങനെ എന്തൊക്കെ, ആനവണ്ടിക്കാലത്ത്!

ആനക്കാട്ടിലെ ടയർവേട്ട

പതിമൂന്നേമുക്കാൽ കോഴിക്കോട് എന്ന് പേരായ ഒരു സർവ്വീസുണ്ട്. സുൽത്താൻ ബത്തേരിയിൽനിന്ന് ഉച്ച കഴിഞ്ഞ് ഒന്നേമുക്കാലിന് പുറപ്പെട്ട് വൈകീട്ട് കോഴിക്കോടെത്തും. പിന്നെ അവിടുന്ന് മാനന്തവാടി-കുട്ട-മൈസൂർ വഴി ബാംഗ്ലൂരിലെത്തും. വീണ്ടും രാവിലെ തിരിച്ച് പിറ്റേന്നാൾ ഉച്ചയോടെ ബത്തേരിയിലെത്തും.

വിശ്രമവും രാത്രിയുറക്കവുമൊന്നുമില്ലെങ്കിലും രസകരമാണ് ഒന്നേമുക്കാലിലെ ഡ്യൂട്ടി. ചോപ്പിന്റെ തലയെടുപ്പൊന്നുമില്ല എങ്കിലും ഒരു പച്ച സൂപ്പർ എക്സ്പ്രസ്സാണ് സർവ്വീസിന് തരിക. ഒട്ടുവളരെ ദൂരം കാട്ടിലൂടെയാണ് യാത്ര. രാത്രിയും പകലും കാടു കാണാം. രണ്ടു വട്ടം ചുരം പിന്നിടണമെങ്കിലും ബാക്കി കുറേദൂരം നല്ല അസ്സല് റോഡുകളിലൂടെ പായാം.

ഒരിക്കലീ ഡ്യൂട്ടിക്കിടെ കാട്ടിൽ വെച്ചൊരു സംഭവമുണ്ടായി. പിറകിലെ ടയർ പഞ്ചറായി. രാത്രി. ആനക്കാട്. യാത്രക്കാർ നല്ല ഉറക്കവും.

ബസ്സിലൊരു സ്പെയർ ടയറൊക്കെയുണ്ട്. പക്ഷേ അതാര് മാറ്റിയിടും! എനിക്കേതായാലും അറിഞ്ഞൂടാ. മുമ്പൊരു സ്കൂൾ ബസ്സിലെ ജോലിക്കാരനായിരിക്കേ PSC കിട്ടി കെ.എസ്.ആർ.ടി.സിയിലേക്ക് വന്ന ഡ്രൈവർക്കുമില്ല ആത്മവിശ്വാസം.

ജീവനക്കാർക്ക് പരിശീലനം നൽകുന്നുണ്ടെങ്കിലും അവശ്യം വേണ്ട ഈ പ്രായോഗിക അറിവ് കരിക്കുലത്തിലില്ല.

ഡിപ്പോയിലേക്ക് ഫോൺ ചെയ്യുകയാണ് ഈ ഘട്ടത്തിൽ ചെയ്യേണ്ടത്. എന്നിട്ട് മെക്കാനിക്ക് വന്ന് ടയറ് മാറ്റിയിട്ട് തരും. യാത്ര തുടരും. അതാണ് പതിവ്. ഹോം ഡിപ്പോയായ സുൽത്താൻ ബത്തേരി 100 കിലോമീറ്ററെങ്കിലും ദൂരെയാണ്. കുറച്ചുകൂടി അടുത്തുള്ളത് മാനന്തവാടിയാണ്. പക്ഷേ എങ്ങോട്ടാണെങ്കിലും വിളിക്കാൻ ഫോണിൽ ഒരു കട്ട റേഞ്ചില്ല. ഏതായാലും ഡ്രൈവറും ഞാനും കൂടിയാലോചിച്ച് ഒരു തീരുമാനത്തിലെത്തി. വഴിയേ പോകുന്ന ലോറികൾക്ക് കൈ കാണിക്കാം. ആരെങ്കിലും നിർത്തിയാൽ സഹായം അഭ്യർത്ഥിക്കാം.

രാത്രി അസമയമായതിനാൽ വല്ലപ്പോഴും മാത്രമാണ് വണ്ടികൾ കടന്ന് പോകുന്നത്. പാതി ഉറക്കത്തിൽ വണ്ടിയോടിച്ചു വന്ന ഒന്നു രണ്ട് ലോറിക്കാർ നിർത്താൻ തയ്യാറായില്ല. വേറെ ചിലർ നിർത്തി കാര്യമന്വേഷിച്ചുവെങ്കിലും ഒഴിവുകഴിവുകൾ പറഞ്ഞ് വണ്ടിവിട്ടുപോയി. നട്ടപാതിരക്ക് കാട്ടിൽ പെട്ടുപോയ ബസ്സിലെ യാത്രക്കാരിൽ കുറച്ച് പേർ ഉറക്കവും യാത്രയും മുറിഞ്ഞുപോയ മുഷിപ്പിൽ റോഡിലിറങ്ങി നിൽക്കാൻ തുടങ്ങി.

ബസ് നിന്നിരുന്നതിന് ഏറെയകലെയല്ലാതെ നല്ല ഫ്രഷ് ആനപ്പിണ്ഡം കിടക്കുന്നത് കണ്ടതോടെ അവരൊക്കെ ബസ്സിനകത്തേക്ക് വലിഞ്ഞു.

ഞാനും ഡ്രൈവറും ലോറികളെ കാത്ത് പ്രതീക്ഷയോടെ വഴിയിൽ തന്നെ തുടർന്നു. ഒടുവിൽ ഒരു ലോറി വന്നു. അത് നിർത്തി. ഇഞ്ചി കയറ്റിപ്പോവുകയായിരുന്നു ആന്ധ്രാ രജിസ്ട്രേഷനുള്ള ആ വണ്ടി. അത് വന്ന് നിന്നപ്പോൾ ആനപ്പിണ്ഡഗന്ധത്തെ തോൽപിച്ച് ഇഞ്ചിയുടെ സുഗന്ധം വ്യാപിച്ചു. പൊടി ഹിന്ദിയും ആംഗ്യവുമൊക്കെയായി ഞാൻ കാര്യം പറഞ്ഞ് ഒപ്പിച്ചപ്പോൾ ഡ്രൈവർ ലോറിയിൽ മയക്കത്തിലായിരുന്ന ക്ലീനറെ തട്ടിവിളിച്ചു.

“ഏക് സൗ പച്ചാസ്.” അയാൾ ഉറക്കച്ചടവിനിടെ കൂലി മുൻകൂറായി പറഞ്ഞു.

പിന്നെ താഴെ ഇറങ്ങിവന്ന് ടയർ മാറ്റാനുള്ള ഒരുക്കങ്ങൾ തുടങ്ങി. പിറകിൽ ഇടതുഭാഗത്തെ രണ്ടു ടയറുകളിൽ അകത്തേക്കുള്ള ടയറാണ് പഞ്ചർ.

യാത്രക്കാരെ പുറത്തിറക്കിയ ശേഷം ബസ്സിലുണ്ടായിരുന്ന ടയർ ഘടിപ്പിക്കാനായി പുറത്തെടുത്തു. ഈ സമയത്ത് എനിക്കൊരു വല്ലാത്ത കൈപ്പിഴ പറ്റി. പഞ്ചറാവാത്ത ടയർ ബസ്സിനടുത്തേക്ക് ഉരുട്ടുന്നതിനിടെ അബദ്ധത്തിൽ റോഡ്സൈഡ് വിട്ട് താഴെ പോയി! ഒരു ചെരിവാണ് താഴെ. കാടും ഇരുട്ടും. ഒരു കാട്ടുമൃഗം പായുന്നതുപോലെ മുൾപ്പടർപ്പുകൾ ഞെരിച്ചുകൊണ്ട് ഞങ്ങളുടെ എക്സ്പ്രസ് ബസ്സിന്റെ ടയർ താഴോട്ടു പോവുന്ന ഒച്ച കേട്ടു.

അയ്യോ എന്ന് തലയിൽ തല്ലി ഞാനും ചീത്തവിളിച്ചും പ്രാകിയും ഡ്രൈവറും ടയറിനു പിന്നാലെ പാഞ്ഞു. അത് കുറച്ചുദൂരേക്ക് ഉരുണ്ടിട്ടുണ്ടെന്ന് തീർച്ച. കയ്യിലെ മൊബൈൽ ഫോണിന്റെ ഇത്തിരി വെട്ടത്തിൽ കാടും പടലും വകഞ്ഞുള്ള തിരച്ചിൽ. അത് കുറച്ചുനേരം തുടർന്നു. ഒടുവിൽ വീണുകിടക്കുന്നൊരു ഉണക്കമരത്തടിയിൽ തടഞ്ഞുകിടക്കുന്ന നിലയിൽ ഞങ്ങൾ ടയറിനെ കണ്ടെത്തി.

മുള്ളിലും പടർപ്പിലും ദേഹമുരഞ്ഞ് നീറി, കിതച്ച്, വിയർത്ത് ഒരു കയ്യിൽ ബാഗും ടിക്കറ്റ് മെഷീനും പിടിച്ച് മൊബൈൽ ടോർച്ച് വെട്ടത്തിൽ ടയർ ഉരുട്ടിക്കയറ്റി ഞങ്ങൾ വല്ല വിധേനയും റോഡിലെത്തി. അപ്പോഴതാ

അടുത്ത കുഴപ്പം. ഞങ്ങളെ സഹായിക്കാൻ വേണ്ടി നിർത്തിയ ലോറിക്കാരെ കാണാനില്ല. ടയറുരുണ്ട് താഴോട്ട് പോയതോടെ അവർ വണ്ടിയെടുത്ത് തങ്ങളുടെ വഴിക്ക് പൊയ്ക്കളഞ്ഞു!

ഞങ്ങൾ വഴിയിൽ നിന്ന് വീണ്ടും വരുന്ന വാഹനങ്ങൾക്ക് കൈ കാണിക്കുന്ന ഗെയിം തുടർന്നു. ഇത്തവണ യാത്രികരും കൂടി ഞങ്ങളുടെ കൂടെ.

പാക്കുകയറ്റി മൈസൂരിന് പോവുകയായിരുന്ന ഒരു കണ്ണൂർ രജിസ്ട്രേഷൻ പിക്കപ്പിലെ രണ്ട് ചെറുപ്പക്കാരാണ് ഒടുവിൽ ഞങ്ങളുടെ സഹായത്തിനെത്തിയത്.

തനി കണ്ണൂർ ഭാഷയിൽ അവർക്കുമാത്രം മനസ്സിലാകുന്ന എന്തെല്ലാമോ ഫലിതങ്ങൾ പറഞ്ഞും ചിരിച്ചും വളരെപ്പെട്ടന്നവർ, ടയർ മാറ്റിയിട്ടു.

'ന്നാ നമ്മ പോട്ടപ്പാ' എന്ന് പറഞ്ഞ് ഒരു തുണ്ടുതുണിയിൽ കൈ തുടച്ച് തങ്ങളുടെ വണ്ടിയുടെ അടുത്തേക്ക് പോയ ചെറുപ്പക്കാരുടെ പിറകേ ഞാനും ചെന്നു.

"അപ്പോൾ ഇതിനെങ്ങനെയാ..." ഞാൻ ബാഗ് തുറന്നു.

"ആ... അയിന് നിങ്ങയെന്തേലും ചായപ്പൈശയാറ്റ കൊടുക്കപ്പാ" രണ്ടുപേരിൽ മുഖ്യ ഡ്രൈവറെന്ന് തോന്നിച്ചയാൾ പറഞ്ഞു.

"അത് പറ്റില്ല. കൂലി പറ. നിങ്ങടെ ജോലി. നിങ്ങടെ കൂലി..." നട്ടപ്പാതിരാക്ക് ഞാനൊരു തത്ത്വം പറഞ്ഞു.

"നിങ്ങ ചോറയാക്കല്ലേപ്പാ..." അയാൾ തല ചൊറിഞ്ഞു.

ബാഗിൽനിന്ന് ആദ്യം വന്ന ലോറിക്കാരനാവശ്യപ്പെട്ട 150 രൂപ തന്നെ അയാൾക്ക് കൊടുത്തു.

അയാളത് എണ്ണിനോക്കുകപോലും ചെയ്യാതെ പോക്കറ്റിൽ തിരുകി.

"നിങ്ങ സർക്കാര് വണ്ടിക്കാറ് അത്യാവശ്യം ജാക്കി വെക്കാനൊക്കെ പഠിക്കണപ്പാ" എന്ന് ഏതർത്ഥത്തിലും വ്യാഖ്യാനിക്കാവുന്ന വിധത്തിൽ പറഞ്ഞ് ഉറക്കെ ചിരിച്ച് അവർ തങ്ങളുടേ വഴിയേ പോയി. പിന്നാലെ ആശ്വാസത്തോടെ ഞങ്ങളും.

ഓടുന്ന വണ്ടിയിലിരുന്ന് ടയർ മാറ്റിയിട്ടതിന് വന്ന തുകയുടെ റസീപ്റ്റ് വെള്ളക്കടലാസിൽ എഴുതിയുണ്ടാക്കുമ്പോഴാണ് ഒരു കാര്യമോർത്തത്. ആ ചെറുപ്പക്കാരുടെ പേര് ചോദിച്ചില്ല. റസീപ്റ്റുണ്ടാക്കാൻ അത് ആവശ്യമാണ് താനും. ഇനി രണ്ട് കള്ളപ്പേര് ചമയ്ക്കാം.

തിരുവനന്തപുരത്ത് ട്രെയിനിംഗ് സമയത്ത് പഴയ ജീവനക്കാരനായിരുന്ന ഒരു സാറ് പറഞ്ഞ അനുഭവം അന്നേരം ഞാനോർത്തു.

എവിടെനിന്നോ തമ്പാനൂരേക്ക് കയറ്റിവിട്ട കുറച്ച് ചാക്കുകെട്ടുകൾ ബസ് കേടായപ്പോൾ മാറ്റിക്കയറ്റാനായി ക്ലാസെടുത്ത സാറിന്റെ പരിചയക്കാരൻ രണ്ട് നാട്ടുകാരുടെ സഹായം ചോദിച്ചത്രേ. അതിന് വേണ്ട

കൂലിയും അവർക്ക് നൽകി. ഡിപ്പോയിൽ വന്ന് ഇതിന് റസീപ്റ്റ് ഉണ്ടാക്കി യപ്പോൾ ആശാനൊരു കോമഡി ഒപ്പിച്ചു. ഇറക്കിയ ആളുകളുടെ പേര് ചേർത്തത് ബാലകൃഷ്ണപിള്ള, കെ.എസ്. വിജയൻ എന്നിങ്ങനെയാണ്.

അന്ന് കെ.എസ്.ആർ.ടി.സിയുടെ മന്ത്രിയായിരുന്നു ബാലകൃഷ്ണ പിള്ള. ഓപ്പറേഷൻ ചുമതലയുള്ള ഡയറക്ടർ കെ.എസ്.വിജയനും. മേൽ പരിശോധന നടത്തിയ ഓഫീസ് ജീവനക്കാരിലാരോ ഇത് കണ്ടെ ത്തുകയും ഉന്നതാധികാരികളെ അറിയിക്കുകയും ചെയ്തു.

കണ്ടക്ടർക്ക് പിറ്റേന്നാൾ തന്നെ സസ്പെൻഷൻ കിട്ടി എന്ന് വേറെ പറയേണ്ടല്ലോ.

ഏതായാലും ടയർ മാറ്റി സഹായിച്ചതിന് പണം കൊടുത്തവരുടെ പേരുകൾ ചോദിക്കാൻ രാത്രിയിൽ മറന്ന് പോയെങ്കിലും ഞാനവർക്കിട്ട പേരുകൾ രണ്ട് സാധാരണ മലയാളിപ്പേരുകളാണ്. ശശി, രാജൻ.

എ.കെ ശശീന്ദ്രനും രാജമാണിക്യവും പിന്നീട് കെ.എസ്.ആർ.ടി.സി യുടെ തലപ്പത്ത് വന്നുവെങ്കിലും അതിനു മുമ്പേ ഞാൻ കെ.എസ്.ആർ. ടി.സിയുടെ പടിയിറങ്ങിയിരുന്നുവല്ലോ.

ബസ് ഡ്രൈവറെ കാണാതാവുന്നു

ഓടിക്കൊണ്ടേയിരിക്കുന്ന ബസ് പെട്ടെന്ന് സ്റ്റോപ്പില്ലാത്ത ഒരിടത്ത് നിർത്തി ഡ്രൈവർ ഇറങ്ങിമറഞ്ഞാൽ എന്ത് ചെയ്യും! ആരും അന്തംവിട്ട് തലയിൽ കൈവെച്ച് നിന്ന്പോകും. കണ്ടക്ടർ വിശേഷിച്ചും.

അങ്ങനെയൊരനുഭവമുണ്ടായി ഒരിക്കൽ. കോഴിക്കോട്ടേക്കുള്ള ടൗൺ ടു ടൗൺ സർവ്വീസാണ്. ഉച്ചഭക്ഷണം കഴിഞ്ഞുള്ള കോഴിക്കോട്ടേക്കുള്ള ചാലാണ്. ചുരം കഴിഞ്ഞിട്ടുണ്ട്. പെട്ടെന്ന് ഡ്രൈവർ ബസ് ഒരിടത്ത് ചവിട്ടി നിർത്തുന്നു. അവിടെ സ്റ്റോപ്പില്ല. ഇറങ്ങാനോ കയറാനോ ആരുമില്ല. കടകളില്ലാ. റോഡിനോട് ചേർന്ന് വീട് പോലുമില്ല. ബസ് നിർത്തിയ ഡ്രൈവർ എഞ്ചിൻ ഓഫ് ചെയ്ത് ചാടിയിറങ്ങി.

ടയർ പരിശോധിക്കാൻ, അല്ലെങ്കിൽ വേറെന്തെങ്കിലും തകരാറുണ്ടോന്ന് നോക്കാൻ. അങ്ങനെയൊക്കെയാണ് ഞാൻ കരുതിയത്. അല്ല, അതിനൊന്നുമല്ല. ഡ്രൈവർ റോഡ് വിട്ട്, വഴിയരികിലെ ഒരു വീട്ടിലേക്കുള്ള ഒതുക്കുകളിറങ്ങി നടന്നുമറഞ്ഞു.

ഇതെന്ത് കഥ എന്ന് മനസ്സിലാവാതെ ഞാനും യാത്രികരും അന്തം വിട്ടു. അന്തം വിടൽ അസ്വസ്ഥതയായി ഉരുവപ്പെടാൻ ഏറെ സമയം വേണ്ടിവന്നില്ല. അതങ്ങനെയാണ്. ഓടുന്ന വണ്ടിയുടെ ഗമനം നിലയ്ക്കുമ്പോൾ.

ആളുകൾ പല കമന്റുകളും പറയാൻ തുടങ്ങി.

ഡ്രൈവറിറങ്ങിപ്പോയ വീട് അദ്ദേഹത്തിന്റെ ബന്ധുവീടാകുമെന്ന അഭിപ്രായം/കമന്റ് - മാത്രമേ ഇവിടെ കുറിക്കാൻതക്ക സഭ്യമായതുള്ളൂ! ആളുകൾ അവരുടെ ഭാവനയ്ക്കനുസരിച്ച് പല വ്യാഖ്യാനങ്ങളും ചമച്ചു. 'ആയിരം കുടങ്ങളുടെ വായടയ്ക്കാം. നാലു മനുഷ്യരുടേത് പറ്റില്ല' എന്നാണല്ലോ. കെ.എസ്.ആർ.ടി.സി. കര കയറാത്തതിന്റെയടക്കം മൂലകാരണങ്ങൾ ഈ ഒരൊറ്റ സംഭവത്തിൽ ആരോപിക്കുന്ന സിദ്ധാന്തങ്ങളുമുണ്ടായി, പതിവ് പോലെ.

ഏതായാലും ഒറ്റയ്ക്ക് പ്രതിരോധം ചമച്ച് വിയർത്തുപോയ ഞാൻ ഡ്രൈവറെ തിരഞ്ഞ് ചെല്ലാൻ തന്നെ നിശ്ചയിച്ചു. ആളിറങ്ങിപ്പോയ വഴിയേ, അതേ പടിക്കെട്ടുകൾ കടന്ന് ചെന്ന് ഞാൻ ആ വീടിന്റെ വാതിലിന് മുട്ടി. തൊട്ടുടനെ പ്രതികരണമൊന്നുമുണ്ടായില്ല. 'മുട്ടുവിൻ തുറക്കപ്പെടും' എന്നാണല്ലോ. ഞാൻ വീണ്ടും ശ്രമിച്ചു. കാത്തുനിന്നു. കുറച്ചു കഴിഞ്ഞപ്പോൾ തലമുടി വാരിച്ചുറ്റി ഒരു സ്ത്രീ ഉറക്കച്ചടവോടെ വന്ന് വാതിൽ തുറന്നു. കാക്കിയിട്ടുനിൽക്കുന്ന എന്നെക്കണ്ട് അവർ അന്തം വിട്ടു.

'ഡ്രൈവർ ഇങ്ങോട്ട് വന്നോ' എന്ന ചോദ്യം എങ്ങനെ ചോദിക്കുമെന്നറിയാതെ ഞാനാദ്യം ശങ്കിച്ചുനിന്നു.

പിന്നെ കാര്യം പറഞ്ഞു.

അവരുടെ മുഖത്തെ അമ്പരപ്പ് ദേഷ്യമായി മാറി. അവർ ശത്രുവിനെയെന്നപോൽ എന്നെ നോക്കി.

"അതായത്... ചേച്ചീ ആള് ഇങ്ങോട്ടാണ് ഇറങ്ങിവരുന്നത് കണ്ടത്. അതാണ് ഞാൻ... ഇനി ഇതിലൂടെ പിറകിലേതെങ്കിലും വീട്ടിലേക്ക്..."

പാതിമുറിഞ്ഞ ചോദ്യങ്ങളോടെ ഞാൻ സംശയിച്ചുനിന്നു.

"ഇവിടെ ഈ വീടു തന്നെയേ ഉള്ളൂ" എന്ന് പറഞ്ഞ് ആ സ്ത്രീ മുറ്റത്തേക്കിറങ്ങി വീടിന്റെ പിറകുവശത്തേക്ക് നടന്നു. ഞാൻ അവരെ പിന്തുടർന്നു.

പിറകുവശത്തെ കക്കൂസിൽ നിന്നുണ്ട് വെള്ളം വീഴുന്ന ശബ്ദം കേൾക്കുന്നു.

ആളതിനകത്താണ്.

ഞാനും ചേച്ചിയും പരസ്പരം നോക്കി.

രണ്ട് മൂന്ന് മിനുറ്റ് കഴിഞ്ഞു. കാലിൽ വെള്ളമൊഴിച്ച് വാതിലടച്ച് ഡ്രൈവർ പുറത്തേക്കിറങ്ങി.

പുറത്ത് നിൽക്കുന്ന ഞങ്ങളെക്കണ്ട് ഡ്രൈവർ ഒന്ന് നടുങ്ങിയോ?

"ഉച്ചയ്ക്കത്തെ ഭക്ഷണം അത്രക്കങ്ങ് സുഖായില്ല. വയറിനൊരു..." പാതിയിൽ മുറിഞ്ഞ വാചകം പറഞ്ഞ് എന്റേയോ വീട്ടുകാരിയുടേയോ മുഖത്ത് നോക്കാതെ ഡ്രൈവർ ചെന്ന് ബസ്സിൽ കയറി. ഒരു കുറ്റവാളിയെപ്പോലെ.

ഡ്രൈവർ പൊടുന്നനെ ഇറങ്ങിപ്പോയത് എന്തിനാണെന്ന് മനസ്സിലായ യാത്രക്കാർ ഒളിഞ്ഞും തെളിഞ്ഞും ചിരിക്കാനും കമന്റുകൾ പാസ്സാക്കാനും തുടങ്ങി. ആ ചമ്മലൊന്നും കാണിക്കാതെ ഡ്രൈവർ ബസ് സ്റ്റാർട്ടുചെയ്തു, തന്റെ ജോലിയിൽ ശ്രദ്ധയുള്ളവനായി.

യാത്രയ്ക്കിടയിൽ നാം ഭക്ഷണം കഴിക്കുന്നു, ഉറങ്ങുന്നു, പ്രണയിക്കുന്നു, പാട്ടുകേൾക്കുന്നു, സിനിമ കാണുന്നു, പുസ്തകം വായിക്കുന്നു,

ലോകത്തേത് കോണിലുള്ളവരുമായി ആശയവിനിമയം നടത്തുന്നു, ജോലി ചെയ്യുന്നു, കണക്ക്കൂട്ടുന്നു, സ്വപ്നം കാണുന്നു, വഴക്കുണ്ടാക്കുന്നു, ഛർദ്ദിക്കുന്നു... എന്തിന്

ജനനവും മരണവും പോലും വാഹനങ്ങളിൽ വെച്ച് സംഭവിക്കുന്നു.

പക്ഷേ തീർത്തും മാനുഷികമായ ഒരു കാര്യത്തിനായി ഗതികെട്ട് വണ്ടി നിർത്തി അഞ്ചുമിനുട്ട് നേരത്തേക്ക് പോയ ആൾ മറ്റുള്ളവർക്കു മുമ്പിൽ അപഹാസ്യനാവുന്നു. അതിന്റെ സാംഗത്യം എത്രയാലോചിച്ചിട്ടും എനിക്ക് പിടികിട്ടിയതേയില്ല.

ടീച്ചർ, ബാങ്കുദ്യോഗസ്ഥൻ, ഡോക്ടർ, സെയിൽസ്മാൻ... ബാക്കി ഏത് ജോലിയും ചെയ്യുന്ന ആളായാലും പ്രകൃതിയുടെ വിളി വന്നാൽ സ്വാഭാവികമായും നമുക്കതിന് ഉത്തരം നൽകാം. ആരും നമ്മെ പരിഹസിക്കില്ല, തടസ്സം പറയില്ല, നാം അപഹാസ്യനാവില്ല.

പക്ഷേ ഓടുന്ന ബസ്സിന്റെ ഡ്രൈവർക്കാവുമ്പോൾ നമുക്കത് അയാളെ അപഹസിക്കാനുള്ള വകയാവുന്നത് എങ്ങനെയാണ്?

ഓടിക്കൊണ്ടിരിക്കുന്ന ഒരു ബസ്സിലേയും അതിലെ യാത്രികരുടേയും സുരക്ഷിതത്വത്തിന്റെ പൂർണ്ണ ഉത്തരവാദിത്വവും ഭാരവുമേൽപിക്കപ്പെട്ടിരിക്കുന്നത് ഡ്രൈവറുടെ ചുമലുകളിലാണ്. എത്ര സുരക്ഷിതമായി ഓടിയാലും അപകടം ഇങ്ങോട്ട് വന്ന് ചേരാം. ആ സംഘർഷം കൂടി വഹിച്ചാണ് ഓരോ ഡ്രൈവറും മുൻസീറ്റിലിരിക്കുന്നത്.

യാത്രയ്ക്കിടെ ഹൃദയാഘാതമുണ്ടായി മരിച്ചുവീഴുന്നതിന് തൊട്ടുമുമ്പേ ബസ് ഒതുക്കി യാത്രികരെ സുരക്ഷിതരാക്കിയ ഡ്രൈവർമാരെക്കുറിച്ച്, ബ്രേക്ക് നഷ്ടമായ ബസ് മനസ്സാന്നിദ്ധ്യംകൊണ്ട് നിർത്തി വലിയ അപകടങ്ങളൊഴിവാക്കിയ മിടുക്കൻമാരെക്കുറിച്ചൊക്കെ നാം കേട്ടിട്ടുണ്ട്. ഇപ്പോഴും അതൊക്കെ തുടരുന്നുമുണ്ട് പല വിധത്തിലും.

മുമ്പൊരദ്ധ്യായത്തിൽ കുറിച്ചിട്ടത് പോലെ ബാല്യത്തിലെ നമ്മുടെയൊക്കെ സങ്കല്പത്തിലെ ഹീറോയായിരുന്നു കെ.എസ്.ആർ.ടി.സിയിലെ ഡ്രൈവർ. മുതിർന്നപ്പോൾ യഥാർത്ഥ ജീവിതത്തിലും അവർ അതേ സ്ഥാനത്തുതന്നെയിരുന്ന് ആ ചുവന്ന ബസ്സിനെ മുന്നോട്ട് പായിക്കുന്നുണ്ട്.

കുരങ്ങ് ഭരണം

കാട് അതിരിടുന്ന ഒരു പട്ടണമാണ് സുൽത്താൻ ബത്തേരി. നാല് ചുറ്റിനും കാടല്ലെങ്കിലും ഈ മുനിസിപ്പാലിറ്റിയുടെ ഒട്ടുഭാഗങ്ങളും കാടി നോട് സമ്പർക്കപ്പെട്ടു കിടക്കുന്നു. കെ.എസ്.ആർ.ടി.സി. ഡിപ്പോ സ്ഥിതി ചെയ്യുന്ന മിനി സിവിൽസ്റ്റേഷൻ പരിസരവും കാടിനോട് തൊട്ടുതന്നെ യാണ്.

ഡിപ്പോയിൽ നിന്ന് നോക്കുമ്പോൾ ചിലപ്പോൾ മാനിനേയും മയിലി നേയും ഒക്കെ കാണാം. അപൂർവ്വമായിട്ടാണെങ്കിലും ആനയേയും കാണാം. കുരങ്ങിന് മാത്രം പക്ഷേ ഒരു പഞ്ഞവുമില്ല കേട്ടോ. അവരെ എപ്പോഴും കാണാം. ഒരുപക്ഷേ ബത്തേരി ഡിപ്പോയിലെ ജീവനക്കാരെ അതിശയിപ്പിക്കുന്ന അത്രയുമെണ്ണമുണ്ടാവും അവ. കുരങ്ങുകളുടെ ഭരണ ത്തിലാണ് ഡിപ്പോ എന്ന് ഞങ്ങൾ തമാശയ്ക്ക് പറയാറുണ്ട്.

ഒരിക്കൽ വൈകീട്ട് ആറരയുടെ തിരുവനന്തപുരം ബസ് ഓടിക്കാൻ ഡ്രൈവർ ഹാജരാവാതിരുന്നപ്പോൾ ഡോക്കിൽ നിന്ന് ഒരു കുരങ്ങൻ ബസ് ഓടിച്ച് ട്രാക്കിലിട്ട് 'ഞാൻ പൊക്കോളാം തിരുവനന്തപുരത്തേക്ക്' എന്ന് സ്റ്റേഷൻ മാസ്റ്ററോട് പറഞ്ഞു എന്നൊരു കഥയുണ്ട്.

ബത്തേരി ഡിപ്പോയിൽ വന്നിട്ടുള്ള ആരും ഇക്കഥ ചിലപ്പോൾ വിശ്വസി ക്കുകയും ചെയ്തേക്കും!

അത്രയ്ക്ക് കുരങ്ങന്മാരുണ്ട് അവിടെ. ബസ്സിന് മുകളിൽ, ഉള്ളിൽ, ട്രാക്കിൽ, വരാന്തയിൽ, റെസ്റ്റ് റൂമിൽ, വെള്ളടാങ്കിൽ ഒക്കെ കാണാം അവയെ.

യാത്രക്കാരുടെ കൈവശമുള്ള ഭക്ഷണ സാധനങ്ങൾ മണം പിടിച്ച് തട്ടിപ്പറിച്ചോടുക, ജീവനക്കാരുടെ നിർത്തിയിട്ട ബൈക്കുകളുടെ സീറ്റു കൾ മാന്തിപ്പറിച്ച് കീറുക, കുട്ടികളേയും സ്ത്രീകളേയും പേടിപ്പിക്കുക, ബസ്സിലും മേൽക്കൂരയിലും കയറി സർക്കസ് കാട്ടുക ഒക്കെയാണ് ഇവയുടെ ജോലി.

ഒരിക്കലൊരു വല്ലാത്ത സംഭവമുണ്ടായി. കായംകുളത്തേക്ക് പോവുന്ന ഒരു സൂപ്പർഫാസ്റ്റ് സർവീസുണ്ട്. രാവിലെ പോയി പിറ്റേന്ന് വൈകീട്ട് തിരിച്ചെത്തുന്നത് വരെ നീളുന്ന ജോലി. ആളുകളൊക്കെ കയറി

പുറപ്പെടാനുള്ള സമയവും കാത്ത് നിൽക്കുകയാണ് ബസ്. അപ്പോഴുണ്ട് പുറത്ത് തൂങ്ങുന്ന ബാക്പാക്ക് ബാഗും കയ്യിലൊരു ഹാന്റ്ബാഗുമായി ഒരു സ്ത്രീ വരുന്നു. കൂടെ ഒരാളുമുണ്ട്. ഒറ്റനോട്ടത്തിൽതന്നെ ആരുടേയും ശ്രദ്ധ പിടിച്ചുപറ്റുന്ന രീതിയിലാണ് അവർ. ജീൻസും ടീഷർട്ടും തൊപ്പിയുമുൾപ്പടെ ദീർഘയാത്രയ്ക്ക് അനുഗുണമായ വേഷം. കായംകുളം ബസ്സിന് മുമ്പിൽ നിന്ന് അവരും കൂടെ വന്നയാളും തമ്മിൽ ഒരു കൂസലുമില്ലാതെ സുദീർഘമായി ഒരു ആലിംഗനത്തിലേർപ്പെട്ടു. ആ സ്ത്രീയെ ബസ് കയറ്റിവിടാൻ വന്നതാണ് അയാൾ. ആലിംഗനത്തിൽ നിന്ന് വിടർന്ന് അവർ ബസ്സിലേക്ക് കയറാനൊരുങ്ങവേ അതുവരെ സീനിലില്ലാതിരുന്ന ഒരു അടിപൊളിക്കാരൻ കുരങ്ങച്ചൻ ഒറ്റക്കുതിപ്പിന് പാഞ്ഞെത്തുന്നു, സ്ത്രീയുടെ കയ്യിൽ നിന്ന് ഒരു കവർ തട്ടിപ്പറിച്ചെടുക്കുന്നു, തൊട്ടപ്പുറത്തെ ബസ്സിന്റെ ലഗ്ഗേജ് കാരിയറിൽ കയറി ഇരിക്കുന്നു.

എല്ലാം ഒരു വീർപ്പിനുള്ളിൽ കഴിഞ്ഞു. സ്ത്രീയുടെ കൂടെയുണ്ടായിരുന്ന ആൾ ഇംഗ്ലീഷിൽ ചില ചീത്തവാക്കുകളുതിർത്തുകൊണ്ട് കുരങ്ങനു നേരെ ചെന്നു. അവനുണ്ടോ വല്ല കൂസലും. കെ.എസ്.ആർ.ടി.സിപ്പുറത്തിരിക്കുമ്പോൾ മനുഷ്യനെ പേടിക്കണോ!

കുരങ്ങച്ചൻ കൂൾ കൂളായി മുകളിലിരുന്ന് കിട്ടിയ കവർ വന്യമായി തുറന്ന് അകത്തുള്ള സാധനങ്ങൾ താഴോട്ട് വിതറിയിടാനും തിന്നാനും തുടങ്ങി. സ്റ്റാന്റിലന്നേരമുണ്ടായിരുന്ന അവന്റെ ചില കൂട്ടാളികളും പാഞ്ഞെത്തി ഈ പാതകത്തിൽ പങ്കുചേർന്നു.

നല്ല മഞ്ഞനിറമുള്ള ഏത്തക്കാ ചിപ്സ്. വയനാടൻ വാഴക്കുലയുടെ ഫ്രഷ് ഇനം. കണ്ടാൽ കൊതി തോന്നുന്നത്. പല ചെറുപാക്കറ്റുകളിലായി രണ്ട് കിലോയെങ്കിലും കാണും. ഏതായാലും മനുഷ്യന് തിന്നാൻ ഒരു തരിമ്പും ബാക്കി കിട്ടിയില്ല.

ആദ്യത്തെ ഞെട്ടൽ മാറിയതോടെ ആ സ്ത്രീയും ചീത്തവാക്കുകൾ ഉതിർക്കാൻ തുടങ്ങി. ഇംഗ്ലീഷിലും മലയാളത്തിലും കെ.എസ്.ആർ.ടി.സി.യേയും കുരങ്ങൻമാരേയും. അമ്പോ! കുരങ്ങൻമാർക്ക് ഇംഗ്ലീഷ് അറിയുമായിരുന്നെങ്കിൽ തട്ടിപ്പറിച്ച കവറും കഴിച്ചുതീർത്തതിന്റെ വിലയും സഹിതം തിരികെ നൽകിയേനെ അവറ്റ. അമ്മാതിരി ചീത്തവിളി.

പിന്നെയാ സ്ത്രീ ബസ്സിലെ ചുമതലക്കാരായ ഞങ്ങളുടെയടുത്തേക്ക് വന്നു.

'പിടിച്ചു പറി' നടന്നത് ഞങ്ങളുടെ ബസ്സിൽ കയറാനുള്ള ശ്രമത്തിനിടെ ആയിരുന്നുവല്ലോ. പോക്കറ്റടിയും പീഡനവും വഴക്കും അപകടവുമൊക്കെ ഉണ്ടായ സാഹചര്യങ്ങൾ നേരിടേണ്ടി വന്നിട്ടുണ്ട്. പക്ഷേ ഇത്തരമൊരു സാഹചര്യം ഞാനാദ്യമായി അഭിമുഖീകരിക്കുകയാണ്. ഞാൻ മാത്രമല്ല എന്നേക്കാളും പതിറ്റാണ്ടു സീനിയറായ ഡ്രൈവർക്കുമില്ല അത്തരമൊരനുഭവം. ഏതായാലും ഡിപ്പോയിൽ വെച്ചു നടന്ന

സംഭവമാണല്ലോ സ്റ്റേഷൻ മാഷോട് തന്നെ പരാതി പറയട്ടെ എന്നായി ഞങ്ങൾ.

സ്ത്രീയും കൂട്ടുകാരനും കാറ്റുപോലെ എസ്.എമ്മിന്റെ മുറിയിലേക്ക് പോയി. പിറകെ ഞങ്ങളും. നേരിട്ടല്ലങ്കിലും ഞങ്ങളുടെ ബസ്സിലേക്ക് വന്ന യാത്രികർ എന്ന നിലയിൽ ഞങ്ങളും കാര്യത്തിൽ ഇൻവോൾവ്ഡ് ആണല്ലോ!

കോഴിക്കോട്ടുകാരനായ ഒരു സാറാണ് അന്ന് ഡ്യൂട്ടിയിലുള്ള സ്റ്റേഷൻ മാസ്റ്റർ (പേര് ഞാൻ മറന്നു). നല്ല മയത്തിലും നയത്തിലും പെരുമാറുന്ന, രസമുള്ള കോഴിക്കോടൻ സ്ലാങ്ങിൽ വർത്തമാനം പറയുന്ന ആള്. മുമ്പ് കണ്ടക്ടറായി ജോലിയിൽ പ്രവേശിച്ച് പിന്നീട് പ്രൊമോഷനായ ആളുടെ സംസാരം കേട്ടുനിൽക്കാൻ രസമാണ്.

“എടോ... മോനേ... ഞിയാ ഫോണൊന്നിങ്ങെടുത്താള്, അത് തോനെ നേരായി കിണി കിണീന്ന് വയ്ക്ക്ന്ന്. ഞാനീ കൊയ്ക്കോടൻ ബസ്സ്വാരെ സമയൊന്ന് വച്ച് കൊടുത്താൾട്ടെ” എന്നിങ്ങനെ.

ചേച്ചിയുടെ പരാതി കേട്ടപ്പോഴും സാറിന്റെ പ്രതികരണം സ്വതസിദ്ധ മായ രീതിയിലായിരുന്നു.

“മാഡം... അയിനിപ്പം ഞാനെന്താ ചെയ്യ്വാ. ഇങ്ങള് ഒരു വെള്ളപ്പേപ്പറ്ല് ഒരു പരാതി ഇങ്ങെഴ്തി തന്നാളി.ഇതൊക്കെ എന്നെക്കൊണ്ട് കൂട്ട്യാ കൂട്ന്ന കാര്യല്ല. നമ്മക്ക് ചീഫാഫീസിലേക്കയച്ച് നോക്ക്വാ”

സാറ് ഗൗരവത്തിലാണത് പറഞ്ഞത് എങ്കിലും ആ സ്ത്രീയുടെ ദേഷ്യം വർദ്ധിച്ചതേയുള്ളൂ. ‘യു ഷുഡ് ട്രൈ സംതിംഗ് റ്റു റെഡ്യൂസ് മങ്കീസ്’ എന്നും മറ്റും പറഞ്ഞ് അവർ എസ് എമ്മിനു നേരെ തട്ടിക്കയറി. പുറത്തെ ‘ബിവേറോഫ് മങ്കീസ്, കുരങ്ങിന് തീറ്റ കൊടുക്കരുത്’ തുടങ്ങിയ ബോർഡുകൾ ചൂണ്ടി സാറ് നിലവിടാതെ പറഞ്ഞു. ‘ഇങ്ങനെ ബോർഡ് വെക്കാനൊക്കെയല്ലെ ഞങ്ങൾക്ക് പറ്റൂ മാഡം.ഗവൺമെന്റിന്റെ കൊരങ്ങാ. അയിറ്റങ്ങളെ തൊടാൻ പറ്റ്വോ.”

“നിങ്ങള് ബോർഡ് വെച്ചിട്ടെന്ത് കാര്യം. കുരങ്ങത് വായിക്കുമോ” ചേച്ചിയുടെ ക്ഷോഭം അടങ്ങുന്നില്ല. എങ്ങനെ തണുക്കാൻ. രൂപ പത്ത് നാനൂറ് വിലയുള്ള, വെളിച്ചെണ്ണയിൽ പൊരിച്ച് കോരിയ ചിപ്സു കൊണ്ടാണ് കുരങ്ങ് ‘ദർബാർ’നടത്തുന്നത്.

വെള്ളക്കടലാസിലെഴുത്തുകൊണ്ടൊന്നും വിശേഷമുണ്ടാവാൻ പോവുന്നില്ലെന്ന് തോന്നിയതിനാലാവും ചേച്ചി കുരങ്ങുകളുടെ വംശം മുടിഞ്ഞുപോകാൻ പാകത്തിന് ചില ശാപവാക്കുകൾ ഉതിർത്ത് നഷ്ട ത്തിന്റെ കൈപ്പ് കുടിച്ച് വറ്റിച്ചുകൊണ്ട് ബസ്സിന് നേരെ നടന്നു.

രണ്ട് ബസ്സപ്പുറത്തുള്ള ഒരു കോഴിക്കോട് ബസ്സിന് മുകളിൽ കുര ങ്ങന്മാരുടെ ചിപ്സ് പാർട്ടി അന്നേരവും തകർക്കുന്നുണ്ടായിരുന്നു.

വനിതാകണ്ടക്ടർ

തുല്യനീതി, ലിംഗനീതി, അവസരസമത്വം... നമ്മളേറെ ബഹുമാനിക്കുന്ന തത്ത്വങ്ങളാണ് ഇവയൊക്കെ. പ്രയോഗത്തിൽ കൊണ്ടുവരാൻ നമ്മൾ ശ്രമിക്കാറുമുണ്ട്. തീർത്തും കഠിനതരമായ സാഹചര്യത്തിൽ ചെയ്യേണ്ട ജോലികളിലേക്ക് പോലും സ്ത്രീകൾക്ക് അവസരം നൽകുന്നത് ഈ തത്ത്വങ്ങളെ മുൻനിർത്തിയാണ്.

കണ്ടക്ടർ തസ്തികയിലേക്ക് സ്ത്രീകളെ നിയമിച്ചുകൊണ്ട് കെ.എസ്.ആർ.ടി.സി. ചെയ്യുന്നതും മറ്റൊന്നല്ല. പുരുഷൻമാരോടൊപ്പം തന്നെ സ്ത്രീകൾക്കും കെ.എസ്.ആർ.ടി.സിയിൽ കണ്ടക്ടർ ജോലി നോക്കുന്നതിന് പി.എസ്.സി. മുഖേന തന്നെ അപേക്ഷിക്കാം, പരീക്ഷ യെഴുതാം, ജോലിയിലും പ്രവേശിക്കാം.

ധാരാളംപേർ പരീക്ഷാകടമ്പകളൊക്കെ കടന്ന് ലിസ്റ്റിലുൾപ്പെടുന്നു ണ്ടെങ്കിലും ഇന്നും വനിതാ കണ്ടക്ടർമാരുടെ എണ്ണം വളരെ കുറവ് തന്നെയാണ്. ഞാൻ ജോലി ചെയ്തിരുന്ന സമയത്ത് ബത്തേരി ഡിപ്പോ യിൽ 230 ഓളം കണ്ടക്ടർമാരുണ്ടായിരുന്നതിൽ എട്ട് പേർ മാത്രമായി രുന്നു വനിതകൾ; ഈ അനുപാതം കൂടിയിട്ടില്ല എന്ന് കണക്കുകൾ പറ യുന്നു.

സുൽത്താൻ ബത്തേരി ഡിപ്പോയിൽ ഇപ്പോഴുള്ള കണ്ടക്ടർമാരിൽ വെറും 6 പേർമാത്രമാണ് സ്ത്രീകൾ. കോടതി ഉത്തരവിന്റെ അടിസ്ഥാന ത്തിൽ പുതുതായി പ്രവേശനം നൽകുന്നവരിൽ കുറച്ച് വനിതകളൊക്കെ ഉൾപ്പെട്ടിട്ടുണ്ടെങ്കിലും അവരിലെത്രപേർ ജോലിക്ക് കയറും എന്ന കാര്യ ത്തിൽ തീർച്ച ആയിട്ടുമില്ല.

സംസ്ഥാനത്ത് ഏറ്റവും കൂടുതൽ പേർക്ക് ജോലി നൽകുന്ന, ഏറ്റവും കൂടുതൽ പേർ ഉൾപ്പെടുന്ന ലിസ്റ്റുകളാണ് എൽഡിസി, എൽജിഎസ്, എൽ.പി. യു.പി. അസിസ്റ്റന്റ് റാങ്ക് ലിസ്റ്റുകൾ. ഇവ പരിശോധിച്ചാലറിയാം 50 ശതമാനത്തിലേറെ പേരും സ്ത്രീകളാണ്. ജോലിയിൽ പ്രവേശിക്കു ന്നവരിലും പാതിയിലേറെപ്പേർ സ്ത്രീകൾ തന്നെയാണ്. പക്ഷേ കെ.എസ്. ആർ.ടി.സിയുടെ കാര്യം വരുമ്പോൾ ഈ കണക്കുകൾ തെറ്റും.

അപേക്ഷിക്കാനും പരീക്ഷയെഴുതാനും ജോലിനേടാനും തുല്യ അവസരങ്ങൾ ഉണ്ടായിട്ടും എന്തുകൊണ്ടാവും കെ.എസ്.ആർ.ടി.സിയിലേക്ക് കടന്നുവരാൻ സ്ത്രീകൾ മടിക്കുന്നത്? ഉത്തരം ലളിതമാണ്. ജോലിയുടെ കഠിനസ്വഭാവം തന്നെ.

ഒരു ദിവസത്തിനുള്ളിൽ രണ്ട് വട്ടം ചുരം ഇറങ്ങുകയും കയറുകയും ചെയ്യുന്ന കോഴിക്കോട് സർവ്വീസുകൾ, അല്ലെങ്കിൽ തുടർച്ചയായി ഉറക്കമിളയ്ക്കേണ്ട തിരുവനന്തപുരം, കോട്ടയം സർവ്വീസുകൾ, ഇവയിലൊക്കെ ജോലി നോക്കുക എന്നത് പുരുഷന്മാർക്ക് തന്നെ വെല്ലുവിളിയാണ്. അപ്പോൾ പിന്നെ സ്ത്രീകളുടെ കാര്യം പറയാനുമില്ലല്ലോ. സഞ്ചരിച്ചു തീർക്കുക എന്നതിനപ്പുറം മറ്റു കാര്യങ്ങൾകൊണ്ടും വളരെയേറെ 'ഡിമാന്റി'ങ്ങായ ജോലി തന്നെയാണ് കെ.എസ്.ആർ.ടി.സിയിലേത്.

ലഭ്യമായതിൽ ഏറ്റവും പ്രയാസം കുറഞ്ഞ ഡ്യൂട്ടികൾ സ്ത്രീകൾക്ക് നൽകാൻ എല്ലാ ഡിപ്പോകളിലും ശ്രദ്ധയുണ്ടാവാറുണ്ട്. ബസ്സിലെ സീറ്റിന്റെ കാര്യത്തിലെന്നപോലെ ഒരു ലിഖിത നിയമമൊന്നുമല്ലെങ്കിലും തങ്ങളുടെ സഹപ്രവർത്തകരോടുള്ള കരുതലാണ് ഇതിനു പിന്നിൽ.

നല്ല സ്മാർട്ട് സ്മാർട്ടായി ജോലി ചെയ്യുന്ന കുറച്ച് വനിതാ സഹപ്രവർത്തകരെ കെ.എസ്.ആർ.ടി.സി. കാലത്തിനിടയ്ക്ക് പരിചയപ്പെടാനും പറ്റിയിട്ടുണ്ട്. തിരക്ക് നിയന്ത്രിക്കുന്നതിലും മദ്യപിച്ച് നിലവിട്ട് പെരുമാറുന്നവരെ മാനേജ് ചെയ്യുന്നതിലുമൊക്കെ മിടുക്കുള്ള ചിലർ.

മറ്റെല്ലാവരേയും പോലെ തന്നെ ഇവരും വേറെന്തെങ്കിലും ജോലി കിട്ടിയാലുടൻ കെ.എസ്.ആർ.ടി.സിയോട് ഗുഡ്ബൈ പറയാറാണ് പതിവ്. യഥാർത്ഥത്തിൽ അക്കാര്യത്തിൽ കെ.എസ്.ആർ.ടി.സിയിൽ ആൺ പെൺ വ്യത്യാസമൊന്നുമില്ല.

ഏതെങ്കിലും സർക്കാർ വകുപ്പുകളിൽ സ്വീപ്പർ ജോലികിട്ടിയാലും മതി ഞാൻ ഈ ജോലി രാജിവെക്കുമെന്ന് പറയുന്ന ഒരുപാട് പേരുണ്ടായിരുന്നു കെ.എസ്.ആർ.ടി.സിയിൽ. മുമ്പ് സ്കൂളദ്ധ്യാപകനാവാനുള്ള അവസരം വന്നിട്ടും അതിന് പോകാതെ കണ്ടക്ടർ ജോലിയിൽ തുടർന്ന ആളുകളിൽ ചിലരെയൊക്കെ പരിചയപ്പെട്ടത് ഞാനോർക്കുന്നു. അതൊക്കെ ആ സ്ഥാപനത്തിന്റെ പ്രതാപകാലത്താവണം.

കെ.എസ്.ആർ.ടി.സിയിൽ ജോലി നേടിയെത്തുന്നവരുടെ പ്രൊഫൈൽ പഠിക്കുന്നത് കൗതുകകരമാണ്. SSLC അടിസ്ഥാനയോഗ്യതയുള്ള ഈ ജോലിയിലെത്തുന്നവരിൽ ഗ്രാജ്വേഷനില്ലാത്ത ആരും തന്നെയില്ല എന്ന് വേണം പറയാൻ. ഒട്ടുമിക്കവർക്കുമുണ്ട് പോസ്റ്റ് ഗ്രാജ്വേഷൻ. ബത്തേരി ഡിപ്പോയിൽ ഞാൻ ജോലി ചെയ്തിരുന്ന സമയത്ത് 14 കണ്ടക്ടർമാരാണ് ബിഎഡ് യോഗ്യതയുള്ളവരായി ഉണ്ടായിരുന്നത് (ഒരു പ്രത്യേകാവശ്യത്തിനായി നടത്തിയ പഠനത്തിൽ നിന്നാണ് ഈ കണക്കുകൾ കൃത്യമായി ലഭിച്ചത്)

ഇവരിൽ മിക്കവരും അധ്യാപകരാവാനുള്ള ലിസ്റ്റുകളിൽ ഇടം നേടി ഇപ്പോഴും കണ്ടക്ടർ ജോലിയിൽതന്നെ തുടരുന്നുമുണ്ട്. ബിരുദവും ബിരുദാനന്തര ബിരുദവും ഉള്ളവരെ മാത്രമല്ല പേരിന് ഒപ്പം വക്കീൽ ടൈറ്റിലുള്ളവരും വിദേശത്ത് പോയി പഠിച്ചവരുമുൾപ്പടെ ഒരുപാട് പേരെ കെ.എസ്.ആർ.ടി.സി. കാലത്ത് പരിചയപ്പെട്ടത് ഞാനോർക്കുന്നു.

വിദ്യാഭ്യാസവും എക്സ്പോഷറുമുള്ളവരുടെ സാന്നിദ്ധ്യം ഏത് തൊഴിൽ മേഖലയേയും അനുഗുണമായി സ്വാധീനിക്കും എന്നാണ് അനുഭവങ്ങൾ. പക്ഷേ ആകർഷകമായ സേവന വേതന വ്യവസ്ഥകൾ നൽകി ഇവരെ നിലനിർത്താനുള്ള കെൽപ്പ് കെ.എസ്.ആർ.ടി.സിക്കില്ല എന്നത് തീർത്തും ഖേദകരമാണ്.

എക്സൈസിന്റെ ചാരൻ

ഒരു മുഴുവൻ രാത്രി ഇടവേളയില്ലാതെ ഓടിയാലാണ് സുൽത്താൻ ബത്തേരിയിൽ നിന്ന് എരുമേലിയിൽ എത്തുക. വൈകീട്ട് ആറ് മുക്കാലിന് പുറപ്പെട്ട് പിറ്റേന്നാൾ പുലർച്ചേ അഞ്ചരയോടെ എരുമേലിയിലെത്തിച്ചേരും. വീണ്ടും തിരിച്ച് വയനാട്ടിലേക്ക് പോവേണ്ടത് വൈകീട്ട് 5:45 നാണ്. ഒരു രാത്രികൂടി നീണ്ട ഓട്ടത്തിനുശേഷം പിറ്റേന്നാൾ പുലർച്ചെ സുൽത്താൻ ബത്തേരിയിലെത്തുന്നതോടെ ജോലി അവസാനിക്കും. രണ്ട് ഉറങ്ങാ രാത്രികൾക്കിടയിലെ പകൽ ഇടവേള വിശ്രമത്തിനുള്ളതാണ്. അതിനായി ബത്തേരി എരുമേലി സർവീസ് നടത്തുന്ന ജീവനക്കാർ എല്ലാവരും കൂടി ചേർന്ന് കെ.എസ്.ആർ.ടി.സി. ഡിപ്പോയിൽ നിന്നേറെ അകലെയല്ലാതെ ഒരു മുറി എടുത്തിട്ടുണ്ട്. അതിന്റെ താക്കോൽ ഡിപ്പോയിൽ സൂക്ഷിച്ചിട്ടുണ്ടാവും.

ബാത്തറ്റാച്ച്ഡ് മുറിയിൽ രണ്ട് കട്ടിലുകളുമുണ്ട്. പകൽ മുഴുവൻ കിടന്നുറങ്ങി ക്ഷീണം മാറ്റാം. രാത്രിയിലെ ഉറക്കമിളപ്പിന്റേയും വണ്ടിയോടിപ്പിന്റേയും ക്ഷീണം കാരണം ഡ്രൈവർമാരെല്ലാം കൂർക്കം വലിച്ചുറങ്ങുന്നത് കാണാം. പകൽ പോയിട്ട് രാത്രിതന്നെ ഉറക്കം കഷ്ടിയായതിനാൽ ഞാൻ പിന്നെ അതിന് ശ്രമിക്കാറില്ല. പോരാത്തതിന് ചൂടും കൊതുകും. കുറച്ചേറെ നേരം കയ്യിൽ കരുതിയ പുസ്തകമെടുത്ത് വായിക്കും. പിന്നെ പതിയെ മുറിവാതിൽ ചാരിയിട്ട് പുറത്തേക്കിറങ്ങും. വൈകുന്നേരം അഞ്ചരമണിവരെ പകൽ പരന്ന് കിടക്കുകയാണ്.

ചിലപ്പോൾ ബസ് കയറി പമ്പയിലേക്കോ കാഞ്ഞിരപ്പള്ളിയിലേക്കോ മുണ്ടക്കയത്തേക്കോ പോകും. ചില ദിവസങ്ങളിൽ എരുമേലിയിൽ അവിടവിടെയായി ചുറ്റിയടിച്ചുനടക്കും. വാവര് പള്ളിയിലും പേട്ടതുള്ളുന്നിടത്തുമെല്ലാം വന്ന് ചേരുന്ന മനുഷ്യരെ കൗതുകത്തോടെ നോക്കി നിൽക്കും. ചിലപ്പോൾ ടൗൺ വിട്ട് കണ്ട വഴികളിലൂടെയൊക്കെ നടക്കും.

ഡിപ്പോയുടെ സമീപത്തുകൂടെ തന്നെ ചെറിയൊരു പുഴ-പുഴയെന്ന് പറയാമോ എന്നറിഞ്ഞുകൂടാ; ഏതായാലും തോടിനേക്കാൾ വലുത്-ഒഴുകുന്നുണ്ട്. ഒരു ദിവസം രാവിലെ കുളിയും ചായകുടിയും കഴിഞ്ഞ് ഞാൻ

പതിവ് പോലെ പുറത്തേക്കിറങ്ങി. ഡ്രൈവർ മുറിയിൽ കിടന്നുറങ്ങുകയാണ്.

ഈ പുഴയുടെ ഓരം പറ്റിയാണ് അന്നത്തെ നടപ്പ്. അതങ്ങനെ തുടർന്ന് വലിയ ആൾപ്പാർപ്പില്ലാത്ത ഒരിടത്ത് എത്തി. കുറച്ച് കൈതച്ചെടികളും കുറ്റിക്കാടുമൊക്കെയുള്ള സ്ഥലം. പെട്ടെന്ന് രണ്ട് പേർ എവിടെ നിന്നാണെന്നറിയില്ല.

'ആണ്ടെടാ, വന്നെടാ, വിട്ടോടാ' എന്നെല്ലാം പറഞ്ഞ് അവിടെ നിന്ന് ഓടി പറമ്പും കൊള്ളും കേറി മറഞ്ഞു. എന്തിനാണവർ എന്നെക്കണ്ട് ഭയന്നോടിയത് എന്നെനിക്ക് മനസ്സിലായില്ല. സത്യത്തിൽ അവരുടെ പങ്കപ്പാടും ഓട്ടവുമൊക്കെക്കണ്ട് ഞാനും ഭയന്ന് പോയിരുന്നു.

ഏതായാലും അവിടെ നിൽക്കുന്നത് പന്തിയല്ലെന്ന് തോന്നിയതിനാൽ പുഴയുടെ കൂട്ട് വിട്ട് ഞാൻ തിരികെ നടന്നു. എങ്കിലും എന്തിനാണവർ ഓടിമറഞ്ഞത് എന്ന സംശയം അപ്പോഴും വ്യക്തത വരാതെ എന്റെയുള്ളിൽ തന്നെ കിടന്നു.

ആഴ്ചകൾ പിന്നേയും കടന്ന് പോയി. എരുമേലി ഡ്യൂട്ടിയിലെ എന്റെ പകലുകൾ അങ്ങനെയൊക്കെത്തന്നെ തുടർന്നു.

ഒരു ദിവസം ഡിപ്പോയോട് ചേർന്ന പാലത്തിനരികിലെ ചെറിയ ചായക്കടയിൽ ചായ കുടിക്കാൻ കയറിയതാണ് ഞാൻ. കടക്കാരൻ എന്നെ സൂക്ഷിച്ച് നോക്കി. പിന്നെ ചെറുചിരിയോടെ പറഞ്ഞു.

"അപ്പം സാറ് കെ.എസ്.ആർ.ടി.സിയേലാരുന്നല്ലേ. ലവൻമാര് വിചാരിച്ച് എക്സൈസീന്നാണെന്ന്. ഒതുക്കത്തിന് കിട്ടുമ്പം രണ്ട് പൂശാൻ അവര് പ്ലാനിട്ടിട്ടൊണ്ടാരുന്നു. തല്ലു കിട്ടാഞ്ഞത് ഭാഗ്യം."

ഞാനാദ്യം അന്തം വിട്ടു. പിന്നെ കാര്യമറിഞ്ഞപ്പോൾ വിചാരിച്ചു. അതേ തല്ലുകൊള്ളാഞ്ഞത് ഭാഗ്യം.

സംഗതി ഇങ്ങനെയായിരുന്നു.

ആ പാലവും പുഴയിറമ്പുമൊക്കെ കേന്ദ്രീകരിച്ച് ചില കച്ചവടങ്ങളൊക്കെ നടക്കുന്നുണ്ട്. മദ്യത്തിന്റേതാണ്. ബീവറേജസ് ഔട്ട്ലറ്റിൽ പോയി വാങ്ങിക്കൊണ്ടുവന്നുള്ള ചില്ലറ വിൽപനയാണ് ചിലർ നടത്തുന്നത്. വേറെ ചിലർ സ്വദേശിയും. ആവശ്യക്കാർ ഒതുക്കത്തിൽ പാലത്തിനടുത്തോ പുഴയിറമ്പിലെ മറവുള്ള സ്ഥലങ്ങളിലോ ഒക്കെവന്ന് രണ്ടെണ്ണമടിച്ചോ, സാധനം പകർത്തിവാങ്ങി അരയിൽ തിരുകിയോ സ്ഥലം വിടും. ഇതറിയാവുന്ന ചില അസൂയക്കാർ പൊലീസിനും എക്സൈസിനുമൊക്കെ ഫോൺ ചെയ്തറിയിച്ചിട്ടുമുണ്ട്. ആ പശ്ചാത്തലത്തിലാണ് ആ 'ലൊക്കേ'യിൽ അത്ര പരിചിതനല്ലാത്ത എന്നെ ഇടയ്ക്കും മുട്ടിനുമൊക്കെ കാണുന്നത്. ചെവിയിൽ ഇടക്കൊക്കെ ഫോണുണ്ടാവും. മറഞ്ഞുനിൽക്കുന്ന സഹപ്രവർത്തകരെ സഹായിക്കാനാണത്.

പോരാത്തതിന് വേഷമോ? അത് കാക്കിയും. ആൾ എക്സൈസിന്റെ ചാരൻ തന്നെ.

കടക്കാരന്റെ പറച്ചിൽ കേട്ട് ഞാനന്തം വിട്ടു. സംഗതി ഉഷാറൊക്കെയാണ്. ത്രില്ലുണ്ട്. പക്ഷേ ഞാൻ മനസ്സാ വിചാരിക്കാത്ത ഒരുപദവിയാണല്ലോ എനിക്ക് കിട്ടിയിരിക്കുന്നത്! എക്സൈസിന്റെ ചാരൻ!

ഡ്യൂട്ടിക്ക് വരുമ്പോൾ യൂണിഫോം മാറിയുടുക്കാനൊരു കൈലിയും ഒരു സെറ്റ് അടിവസ്ത്രങ്ങളും കുളിക്കാൻ തോർത്തും മാത്രമാണ് ബാഗിലുണ്ടാവുക. കുളികഴിഞ്ഞ് കൈലി ഉടുത്ത് പുറത്തിറങ്ങുന്നതെങ്ങനെ എന്ന് കരുതിയാണ് വൈകുന്നേരമിടാൻ വെച്ചിരിക്കുന്ന കാക്കി യൂണിഫോം തന്നെ ധരിക്കുന്നത്.അതുകണ്ട് ഭയന്നിട്ടാണ് മദ്യരാജാക്കന്മാർ എന്നെ പേടിക്കുന്നതും തല്ലാൻ പ്ലാനിട്ടതും.

ചായ കുടി കഴിഞ്ഞ് റൂമിൽ ചെന്ന് കാക്കി മാറ്റി കൈലിയുടുത്ത് പുസ്തകമെടുത്തു നിവർത്തിയപ്പോഴാണ് പെട്ടെന്നൊരാലോചന മനസ്സിലേക്ക് വന്നത്.

എക്സൈസിലുള്ളവർക്ക് താടിവെക്കാൻ പാടുണ്ടോ? എനിക്ക് താടിയുണ്ടല്ലോ. പിന്നെങ്ങനെയാണ് എന്നെ തെറ്റായി ധരിച്ചത്?

വൈകുന്നേരം മടക്കയാത്രയ്ക്ക് ബസ്സെടുക്കും മുമ്പ് ചായ കുടിക്കാൻ ചെന്നപ്പോൾ ഞാൻ കടക്കാരനോട് അതുതന്നെ ചോദിച്ചു.

“അതിപ്പം ശബരിമലയ്ക്ക് പോവുന്ന എക്സൈസ്കാരനും പൊലീസിനും താടിവെക്കാലോ സാറെ.” അയാൾ ചിരിച്ചു.

പിന്നെ തുടർന്നു.

“പിന്നെ പൊലീസിനും എക്സൈസിനുമൊക്കെ കാഞ്ഞ ബുദ്ധിയല്ലേ. അവര് ഏത് കോലത്തിലും വരൂല്ലേ?”

ഏതായാലും താടി തലോടി തിരികെ ബസ്സിലേക്ക് നടക്കുമ്പോൾ ഞാൻ വിചാരിച്ചു.

നല്ല അടി നാട്ടിൽ കിട്ടുമ്പോൾ വെറുതെ എരുമേലിയിൽ നിന്ന് വക മാറി വാങ്ങിച്ചുകെട്ടിയേനേ!

എരുമേലി സ്റ്റാന്റിലെ കൂട്ട പ്രാർത്ഥന

കുറച്ചുകാലം തുടർച്ചയായി ഞാൻ ഡ്യൂട്ടിനോക്കിയ സർവ്വീസാണ് സുൽത്താൻ ബത്തേരി-എരുമേലി.

ബത്തേരി-എരുമേലി സർവ്വീസിൽ എന്റെ ഷെഡ്യൂൾ ഡ്രൈവർ ബിനോയ് ജോസ് എന്ന ചേട്ടനായിരുന്നു. നല്ല വേഗത്തിലും കാര്യക്ഷമതയോടും വണ്ടിയോടിക്കുന്നയാൾ. ദീർഘദൂര സർവ്വീസുകളോട് സവിശേഷമായ ഒരിഷ്ടമാണ് പുള്ളിക്കാരന്. അതുകൊണ്ട് തന്നെ ഷെഡ്യൂളുകൾ ഒപ്പിടുമ്പോൾ സൂപ്പർക്ലാസ് സർവ്വീസുകൾ മാത്രമാണ് പുള്ളിക്കാരൻ തിരഞ്ഞെടുക്കുക.

ഓരോ ആറു മാസം കൂടുമ്പോഴാണ് കെ.എസ്.ആർ.ടി.സിയിൽ ഡ്യൂട്ടി മാറുക. ഷെഡ്യൂൾ ഒപ്പിടൽ എന്നാണ് ഇതിന് പറയുക. ഏറ്റവും സീനിയറായ ആൾക്കാണ് ആദ്യം ഒപ്പിടാൻ അവസരം. തൊട്ടുജൂനിയർക്ക് പിന്നീട്. അങ്ങനെ ഏറ്റവും ജൂനിയറായ ആൾ ഏറ്റവും അവസാനം.

താരതമ്യേന പ്രയാസം കുറഞ്ഞ സർവ്വീസുകൾ ഏറ്റവും ആദ്യം ഒപ്പിടുന്നവർ എടുക്കും. അവസാനമാവുമ്പോഴേക്കും പ്രയാസമുള്ള സർവ്വീസുകളാവും. രണ്ട് രാത്രി ഉറങ്ങാതിരിക്കേണ്ട സർവ്വീസ് ബിനോയ് ചേട്ടൻ സ്വമേധയാ എടുത്തതാണെങ്കിൽ ഞാൻ നിർബന്ധിക്കപ്പെട്ട് ഏറ്റെടുത്തതുമാണ്.

കൗതുകകരമാണ് ബിനോയ് ഡ്രൈവറുടെ കാര്യങ്ങൾ. മുമ്പ് കെ.എസ്.ആർ.ടി.സിയിൽ PSC ലഭിക്കുകയും അതുപേക്ഷിച്ച് ഗൾഫിന് പോകുകയും ചെയ്ത ആളാണ്. വീണ്ടും മടങ്ങിവന്ന് പഴയ പണിതന്നെ. പക്ഷേ എംപ്ലോയ്മെന്റ് വ്യവസ്ഥയിലാണ് എന്ന് മാത്രം.

ഒത്ത ഒരച്ചായൻ സ്റ്റൈലാണ് അങ്ങോർക്ക്. ആരെടാന്ന് ചോദിച്ചാൽ ഞാനെടാന്ന് പറയുന്ന മട്ട്.

പെരുമ്പാവൂർ സ്റ്റാന്റിനടുത്ത് സ്റ്റോപ്പില്ലാത്തിടത്ത് നിർത്താത്ത ദേഷ്യത്തിന് ഷോൾഡറിൽ ഇടിച്ചിട്ടു പോയ ആളെ പിന്നാലെ ചെന്ന് കോളറു

കൂട്ടിപ്പിടിച്ച് ഡ്യൂട്ടിപൊലീസുകാരുടെ മുമ്പിലേക്കിട്ടുകൊടുത്തതിന് ഞാൻ സാക്ഷി.

റബ്ബർതടിയുടെ കട്ടൻസു കയറ്റിയ സ്ഫടികംസ്റ്റൈൽ ലോറികൾ നിറഞ്ഞോടുന്ന കാഞ്ഞിരപ്പള്ളി-ഈരാട്ടുപേറ്റ ഭാഗങ്ങളിലൂടെ വണ്ടിയോടിക്കുന്നത് ഏത് ഡ്രൈവർക്കും വെല്ലുവിളിയാണ്. പക്ഷേ ഒരു ഗെയിം കളിക്കുന്ന മട്ടിൽ ഈസിയായി പുള്ളി വണ്ടി ഇതിനിടയിലൂടെ ഓടിച്ചു പോവും.

കെ.എസ്.ആർ.ടി.സിക്ക് സൈഡ് നൽകാതെ മനഃപ്പൂർവം തടഞ്ഞോടുന്ന ചില വാഹനങ്ങളുണ്ട്. ബിനോയ് അണ്ണന്റെ അടുത്ത് അതൊന്നും വിലപ്പോവില്ല. തുടരെ ഹോണടിച്ച് ആൾ സൈഡ് വാങ്ങിയിരിക്കും.

"അവന്റെ കയ്യിൽ രണ്ടാളുടെ സമയമേ ഉള്ളൂ. നമ്മുടെ ബസ്സിൽ 50 പേരുടെ സമയമുണ്ട്." തടസ്സം ഓവർടേക്ക് ചെയ്ത് നീങ്ങുമ്പോൾ പുള്ളിക്കാരൻ പറയും.

ബസ് എരുമേലി ഡിപ്പോയിലെത്തിച്ചാൽ ഒരു കുളിയുണ്ട് കക്ഷിക്ക്. അതിന് ശേഷം ഭക്ഷണം. പകൽ ഉറക്കം. വീണ്ടും വൈകീട്ട് ബസ്സെടുക്കുംമുമ്പേ ഒരു കുളി കൂടി. ഈ സമയത്ത് ബസ്സും ഒന്ന് കഴുകും. ഷാമ്പൂവൊക്കെ വാങ്ങി ചില്ലിൽ തേച്ച് വൃത്തി വരുത്തിയാണ് ബസ്സിനെ കുളിപ്പിക്കുക.

സൂപ്പർക്ലാസ് ബസ്സുകളിൽ ദീർഘദൂര യാത്രികർക്കാവണം മുൻഗണന എന്നാണ് ആളുടെ അഭിപ്രായം. ഓരോ പ്രധാന സ്റ്റാന്റുകളിലും കയറി പുറത്തുവരുമ്പോൾ പുള്ളി അടുത്ത് വിളിച്ചുചോദിക്കും.

"ഡാ, മോനെ, കൊള്ളാവുന്ന വല്ലോം ഉണ്ടോടാ" ദീർഘദൂര യാത്രികരായ ആരെങ്കിലും കയറിയിട്ടുണ്ടോ എന്നാണ് ചോദ്യം.

വലിയ ഭക്തനാണ് കക്ഷി. മലയാറ്റൂരും ഭരണങ്ങാനവും വഴി കടന്നു പോവുന്നതിനാലാണ് നിങ്ങളീ ഡ്യൂട്ടി തെരഞ്ഞെടുത്തത് എന്ന് ഞാൻ പറയുമ്പോൾ പുള്ളി ചിരിക്കും. മിക്കവാറും ട്രിപ്പുകളിൽ മലയാറ്റൂർ മല കയറാനുള്ളവരോ, ഭരണങ്ങാനം പള്ളിയിലേക്കുള്ളവരോ ഒക്കെ കാണും.

സിസ്റ്റർമാരും മറ്റും കയറിയാൽ പുള്ളിക്കൊരു ഉഷാറാണ്. ബഹുമാനപൂർവം അവർക്ക് സീറ്റൊക്കെ പിടിച്ചു നൽകും. വിശേഷങ്ങൾ ചോദിച്ചറിയും.

ബസ് എടുക്കും മുമ്പ് ആൾക്കൊരു പ്രാർത്ഥനയുണ്ട്. സ്റ്റിയറിംഗിൽ തൊട്ട് നിന്ന്, ചിലപ്പോൾ ബസ്സിന് പുറത്തിറങ്ങി നിന്ന്, സമയമെടുത്ത്, വിശദമായി.

എനിക്ക് വിശ്വാസം പുള്ളിയുടെ ഡ്രൈവിംഗ് എബിലിറ്റിയിൽ ആയതിനാൽ ഞാൻ നിശ്ശബ്ദനായി പ്രാർത്ഥന കണ്ടുനിൽക്കും.

ഒരു ദിവസം എരുമേലിയിൽ നിന്ന് ബസ്സെടുക്കും മുമ്പാണ്. ബസ് കുളി കഴിഞ്ഞ് ബോർഡൊക്കെ വെച്ച് യാത്രയ്ക്ക് തയ്യാറായി നിൽക്കുന്നു. കോഴിക്കോട്, വയനാട് ജില്ലകളിലേക്ക് റിസർവ് ചെയ്ത കുറച്ച് പേരൊക്കെയുണ്ട്. മൂന്ന് സിസ്റ്റർമാരുമുണ്ട് മുൻസീറ്റിൽ തന്നെ. വൈകുന്നേരം 5:45 എന്ന സമയം കണക്കാക്കാൻ കാത്തുനിൽക്കുകയാണ് ഞങ്ങൾ. പതിവ് പോലെ ബസ്സിൽ കയറി സ്റ്റിയറിംഗിൽ തൊട്ട് പ്രാർത്ഥിച്ചശേഷം ബിനോയ് അണ്ണൻ പുറത്തിറങ്ങി.

പിന്നെ ബോണറ്റിൽ കൈചേർത്ത് വെച്ച് ഏതോ പ്രാർത്ഥനാമന്ത്രങ്ങൾ ഉരുവിടാൻ തുടങ്ങി.

നോക്കിയപ്പോഴതാ മുൻസീറ്റിൽ നിന്ന് മൂന്ന് കന്യാസ്ത്രീകളും പുറത്തിറങ്ങുന്നു. ബിനോയ് ചേട്ടന്റെ പിറകിൽ ചെന്ന് നിരയായി നിൽക്കുന്നു, പ്രാർത്ഥനയിൽ പങ്കെടുക്കുന്നു.

കെ.എസ്.ആർ.ടി.സി. ഡിപ്പോ, ചുവന്ന സൂപ്പർഫാസ്റ്റ്, ബോണറ്റിൽ തൊട്ടുനിന്ന് കണ്ണടച്ച് പ്രാർത്ഥിക്കുന്ന കാക്കിയിട്ട ഡ്രൈവർ, പിന്നിലണി നിരന്ന് പ്രാർത്ഥനയിൽ പങ്കുചേരുന്ന കന്യാസ്ത്രീകൾ. കൗതുകമുള്ള കാഴ്ച!

ഇന്നായിരുന്നെങ്കിൽ ആരെങ്കിലും പടമെടുക്കാൻ, ട്രോളാവാൻ, പോസ്റ്റാവാൻ, വൈറലാവാൻ ഒക്കെ സാധ്യതയുള്ള രംഗം.

ഏതായാലും അന്നും പതിവ് പോലെ ബസ് സമയത്ത് തന്നെ പുറപ്പെട്ടു. പ്രാർത്ഥന നൽകിയ ആത്മവിശ്വാസവും സഹായിച്ചിട്ടുണ്ടാവണം, പതിവുപോലെ പിറ്റേന്നാൾ പുലർച്ചെയോടെ ഡ്രൈവർ ബസ് സുൽത്താൻ ബത്തേരിയിൽ സുരക്ഷിതമായി എത്തിച്ചു.

സാധാരണ പല ഡ്രൈവർമാർക്കും ശീലമുള്ള പുകവലിയൊന്നും പുള്ളിക്കാരനില്ല. രാത്രി ജോലിയെടുക്കുന്ന ഡ്രൈവർമാർക്കു ഭീഷണിയായ ഉറക്കശല്യത്തെ ബിനോയ് ഡ്രൈവർ മറികടക്കുന്നത് മുറുക്കല് കൊണ്ടാണ്.

അത് വയനാട്ടിൽ നിന്ന് പുറപ്പെടുമ്പോൾ തന്നെ മൂന്നെണ്ണം പൊതിഞ്ഞു വാങ്ങിയിരിക്കും. ഇടവേളകളിൽ ബസ് നിർത്തി ടയറ് പരിശോധിക്കുമ്പോൾ അത് ചവച്ച് ലൈവാകും.

ഒരിക്കലൊരു സംഗതിയുണ്ടായി. രാത്രിയിലാണ്. ആൾ പെട്ടെന്ന് ബ്രേക്കിട്ട് വണ്ടി നിർത്തി. ഉറങ്ങിക്കിടക്കുന്നവരൊക്കെ മുന്നോട്ടാഞ്ഞും തലയിടിച്ചും ഉണർന്നു.

റോഡിലേക്ക് നോക്കി മുമ്പിലെ കണ്ടക്ടർസീറ്റിലിരുന്ന എനിക്ക് അങ്ങനെ ബ്രേക്കിട്ടതിന്റെ കാരണമൊട്ടും മനസ്സിലായതുമില്ല.

'എന്ത് പറ്റി?' എന്ന് ചോദിച്ചപ്പോൾ പുള്ളി ഒന്നുമില്ലെന്ന് തലയാട്ടി ചെറുചിരിയോടെ ബസ്സോടിച്ചു.

ഞാൻ ചിരിച്ചുപോയത് പിന്നേയും കുറേക്കഴിഞ്ഞ് പിറ്റെന്നാൾ പുലർച്ചെ ചായ കുടിക്കുംനേരത്ത് ഡ്രൈവർ പറഞ്ഞത് കേട്ടാണ്.

ഒരു കാട്ടുപന്നി കുതിച്ചുപാഞ്ഞ് റോഡ് മുറിച്ചുകടക്കുന്നത് കണ്ട പോലെ തോന്നി. അതാണത്രേ ആ ബ്രേക്കിടൽ. ഡിവൈൻ നഗറിനടുത്ത് നാലുവരിപ്പാതയിൽ പ്രത്യക്ഷപ്പെട്ട കാട്ടുപന്നി!

എന്റെ ചിരിയിൽ പങ്കുചേർന്ന ബിനോയ് ചേട്ടൻ പക്ഷേ ഉറപ്പിച്ചു പറഞ്ഞു.

"ഞാൻ കണ്ടതാന്നേ ഉറപ്പായും."

"ഉവ്വ്. ഞാനേ കണ്ടുള്ളൂ ഉണ്ണിയേട്ടാ..." നന്ദനം തമാശ പങ്കിട്ട് ഞങ്ങൾ ചായ കുടിച്ചതിന്റെ പണം കൊടുക്കാൻ എഴുന്നേറ്റു.

"പതിവില്ലാതെ എന്നാ പറ്റീന്ന് ഇപ്പഴാ പിടികിട്ടിയത്."

തിരികെ നടക്കുമ്പോൾ ഓർത്തെടുത്തപോലെ ഡ്രൈവർ പറഞ്ഞു.

"തൃശ്ശൂരീന്ന് മുറുക്കാനെടുത്ത് വായിലിടാൻ ഞാൻ മറന്നുപോയി."

ഇനിയും മുഴങ്ങേണ്ട ഡബിൾ ബെൽ

"ലക്ഷം ലക്ഷം യാത്രക്കാരെ, ലക്ഷ്യസ്ഥാനത്തെത്തിക്കാൻ, പാടുപെടുന്നൊരു പ്രസ്ഥാനം, കെ.എസ്.ആർ.ടി.സി. പ്രസ്ഥാനം..."

സമരത്തിന് പഞ്ഞമില്ലാത്ത കെ.എസ്.ആർ.ടി.സിയിൽ ഒരു സമരകാലത്ത് ഞങ്ങൾ വിളിച്ചിട്ടുള്ള മുദ്രാവാക്യമാണ്. ലക്ഷത്തിന്റെ കണക്ക് വെറും തള്ളാണെന്ന് പറയാൻ വരട്ടെ. അല്ല, തള്ളല്ല വെള്ളം ചേർക്കാത്ത സത്യം തന്നെ.

6000 ലേറെ ബസ്സുകളുള്ള കോർപ്പറേഷൻ ഒരു ദിവസം ഓപ്പറേറ്റ് ചെയ്യുന്ന ശരാശരി കിലോമീറ്ററുകൾ 15 ലക്ഷമാണ്. ഒരു ദിവസം കെ.എസ്.ആർ.ടി.സിയെ യാത്രയ്ക്കായി ആശ്രയിക്കുന്നത് 24 ലക്ഷത്തോളം യാത്രികരാണ്. നിസ്സാരമല്ല, ഒട്ടും നിസ്സാരമല്ല അത്.

ഇത് വെറുതേ 'കുക്ക്' ചെയ്തുണ്ടാക്കിയ കണക്കുമല്ല. 93 ഓളം വരുന്ന ഡിപ്പോ/സബ്ഡിപ്പോ/ഓപ്പറേറ്റിംഗ് സെന്ററുകളിലെ പ്രതിദിന കണക്കുകളെ ആധാരപ്പെടുത്തി ഉള്ളതാണ്.

ഈ കണക്കുകളെ വെല്ലുന്ന, ഇവയെ നിസ്സാരമാക്കുന്ന ഒരു കണക്കാണ് നമുക്ക് പക്ഷേ പരിചയം. അതാണ് നാം ദിനേന കെ.എസ്.ആർ.ടി.സി.യെക്കുറിച്ച് കേൾക്കാറുള്ളത്. അത് നഷ്ടക്കണക്കാണ്.

എങ്ങനെ സംഭവിക്കുന്നു ഈ നഷ്ടമെന്ന് കണ്ടുപിടിക്കാൻ അസംഖ്യം ശ്രമങ്ങളും പഠനങ്ങളും ഉണ്ടായിട്ടുണ്ട്. അതിനെ ആധാരപ്പെടുത്തിയുള്ള രക്ഷാപ്രവർത്തനങ്ങളും പിന്തുണയുമൊക്കെ കാലാകാലങ്ങളിൽ ഭരണകൂടങ്ങൾ കെ.എസ്.ആർ.ടി.സിക്ക് നൽകാറുണ്ട്. പക്ഷേ കാര്യങ്ങൾ വേണ്ടത്ര ഇംപ്രൂവാകുന്നില്ല എന്ന് മാത്രം.

36000ത്തോളം ജീവനക്കാരാണ് കെ.എസ്.ആർ.ടി.സിയിലുള്ളത്. ഏതാണ്ട് അത്രതന്നെ പെൻഷൻകാരും. ശമ്പളവും പെൻഷനും നൽകാൻ വലിയൊരു തുക കെ.എസ്.ആർ.ടി.സിക്ക് ആവശ്യമായി വരുന്നുണ്ട്. ഇത് കണ്ടെത്തേണ്ടതാവട്ടെ ടിക്കറ്റ് മുറിച്ച് വിറ്റ് സ്വരുക്കൂട്ടുന്ന തുകയിൽ നിന്ന് തന്നെയാണ്.

അത് സാധ്യമാവാതെ വരുമ്പോഴാണ് പെൻഷനും ശമ്പളവും മുടങ്ങുന്നത് പതിവാകുന്നത്.

കെ.എസ്.ആർ.ടി.സിയിലെ ശമ്പളവും പെൻഷനും ഇന്ന ദിവസം മുതൽ വിതരണം ചെയ്തു തുടങ്ങും എന്ന പത്രവാർത്ത നാം ഇടയ്ക്കിടെ കാണാറുണ്ട്. സത്യത്തിൽ ശമ്പളം നൽകുന്നു എന്നത് വാർത്തയാവേണ്ട കാര്യമേയല്ല. മറ്റേത് വകുപ്പിനേയും സംബന്ധിച്ചും ശമ്പളം നൽകാതിരിക്കുന്നതാണ് വാർത്തയാവേണ്ടത്! ഇവിടെ കെ.എസ്.ആർ.ടി.സിയിൽ ശമ്പളം നൽകുന്നത് പോലും വാർത്തയാവുന്നത് ആ സ്ഥാപനത്തിന്റെ ദയനീയാവസ്ഥയിലേക്ക് തന്നെയാണ് വിരൽ ചൂണ്ടുന്നത്.

ഇന്ധനവില ദിനേന 10ഉം 25ഉം പൈസവെച്ച് കൂടുമ്പോൾ പെട്ടെന്ന് നാമതത്ര അറിയുന്നുണ്ടാവില്ല. പക്ഷേ ഒറ്റയടിക്ക് അത് പ്രഹരം പോലെ ഏറ്റുവാങ്ങേണ്ടി വരുന്ന സ്ഥാപനമാണ് കെ.എസ്.ആർ.ടി.സി. സർവ്വീസുകൾ ഓപ്പറേറ്റ് ചെയ്യാൻ നാലര ലക്ഷം ലിറ്റർ വരെ ഡീസൽ ഓരോ ദിനവും ആവശ്യമായിവരുന്ന കെ.എസ്.ആർ.ടി.സിക്ക് 10 പൈസ ലിറ്ററിന് കൂടുമ്പോൾ ഒരു മാസം അധികബാധ്യതയാവുന്നത് 14 ലക്ഷത്തോളം രൂപയാണ്.

ഇനിയൊരു നിരക്ക് വർദ്ധനവ് കൂടി നടപ്പിലാക്കിയാൽ കൂടുതൽ യാത്രക്കാർ കെ.എസ്.ആർ.ടി.സിയെ ഉപേക്ഷിച്ച് മറ്റ് വഴികൾ തേടുകയാവും ഫലം.

സംസ്ഥാനത്ത് ശരാശരി ഒരു ദിവസം മൂന്ന് സ്വകാര്യ ബസ്സുകൾ വീതം ഓട്ടമവസാനിപ്പിക്കുന്നുണ്ടെന്നാണ് കണക്കുകൾ. അതായത് ഒരു വർഷം ഏതാണ്ട് 1000ത്തോളം ബസ്സുകൾ ഓട്ടമവസാനിപ്പിക്കുന്നു. മുമ്പുണ്ടായിരുന്ന 26000ത്തോളം സ്വകാര്യ ബസ്സുകളുടെ സ്ഥാനത്ത് ഇപ്പോൾ ഓടുന്നത് 15000ത്തോളം ബസ്സുകൾ മാത്രം.നിരത്തിലോടുന്നതിന്റെ ചെലവ് താങ്ങാൻ വയ്യാതെയാണ് പ്രൈവറ്റ് ബസ്സുകൾ റോഡൊഴിയുന്നത്. പത്ത് വർഷത്തിനിടെ ഇന്ധനച്ചെലവ് ഇരട്ടിയായി. സ്പെയർ പാർട്സ്, ടയറ് വിലകൾ ഇരട്ടിയിലധികമായി. (മിനിമം ചാർജ് ആറിൽ നിന്ന് എട്ടിലേക്ക് മാറിയതേയുള്ളൂ) ഈ കാരണങ്ങൾ കെ.എസ്.ആർ.ടി.സിക്കും ബാധകമാണ്.

എന്നാൽ യാത്ര ചെയ്യുന്ന ആളുകളുടെ എണ്ണത്തിൽ യാതൊരു കുറവുമുണ്ടായിട്ടില്ല, വർദ്ധനവല്ലാതെ. സർവീസിൽ നിന്ന് പിൻവാങ്ങുന്ന സ്വകാര്യബസ്സുകൾക്ക് പകരം കെ.എസ്.ആർ.ടി.സി. കടന്നു വരുന്നു എന്നാണ് ധരിക്കുന്നത് എങ്കിൽ തെറ്റി. അതുണ്ടാവുന്നില്ല. കെ.എസ്.ആർ.ടി.സിക്ക് 4000–4500 ബസ്സുകൾ മാത്രമാണ് ആക്ടീവായി രംഗത്തുള്ളൂ ഇപ്പോഴും. അപ്പോൾ പിന്നെ ഈ യാത്രികരൊക്കെ എന്തുചെയ്യുന്നു എന്ന ചോദ്യമുണ്ട്. അവരൊക്കെയും സ്വകാര്യ വാഹനങ്ങളെ ആശ്രയിക്കുന്നു എന്നാണ് ഉത്തരം. സ്വകാര്യ കാറുകൾ, ടൂവീലറുകൾ... ഇവയൊക്കെക്കൊണ്ട് നമ്മുടെ നിരത്തുകൾ നിറയുന്നു.

ഇവിടെയാണ് കെ.എസ്.ആർ.ടി.സിയുടെ പ്രസക്തി. സ്വകാര്യബസ്സുകൾ ഉപേക്ഷിച്ച ഇടത്തിൽ സാധ്യമായത്രയും നികത്താൻ കെ.എസ്.ആർ.ടി.സി. ബസ്സുകൾ കടന്ന് വരണം.

ഒരു ബസ് നിറഞ്ഞോടുമ്പോൾ പത്തു കാറുകളെങ്കിലും നിരത്തിൽ നിന്ന് മാറി നിൽക്കുന്നു എന്നാണ് കണക്ക്. ഒരൊറ്റയാൾക്ക് സഞ്ചരിക്കാൻ വേണ്ടിപോലും വലിയ കാറുമെടുത്ത് പുറത്തിറങ്ങുന്ന നമ്മുടെ ശീലം വെച്ചാണെങ്കിൽ 10 അല്ല 15 കാറിൽ കൊള്ളുന്ന ആളുകളെ ഉൾക്കൊള്ളാൻ ഒരു ബസ്സിന് കഴിയും.

പൊതുഗതാഗതം ശക്തി പ്രാപിക്കുന്നത് കൊണ്ടുണ്ടാവുന്ന അനുകൂലഫലങ്ങൾ എത്രയാണെന്നോ. ഇന്ധനച്ചെലവ് കുറയുന്നു, റോഡിലെ വാഹനങ്ങളുടെ സാന്ദ്രത കുറയുന്നു, റോഡപകടങ്ങളും ദുരന്തങ്ങളും കുറയുന്നു, വായുമലിനീകരണം കുറയുന്നു, യാത്രോപാധി എന്ന നിലയിൽ പൊതുഗതാഗതം പ്രയോജനപ്പെടുത്തുക എന്ന സംസ്കാരം പ്രബലമാവുന്നു...

ഇടയ്ക്കും മുട്ടിനുമൊക്കെ ഭരണകൂടങ്ങൾ കെ.എസ്.ആർ.ടി.സിയെ സഹായിക്കുന്നുണ്ട്. ഇത് ഒട്ടുമിക്കപ്പോഴും ഈ പൊതുമേഖലാസ്ഥാപനത്തിന് ജീവവായു ആകുന്നുമുണ്ട്. പക്ഷേ വലിയ കൊട്ടിഘോഷത്തോടെ ചെയ്യേണ്ട കാര്യമൊന്നുമല്ല ഇത്. സർക്കാരിന്റെ കടമ തന്നെയാണ്.

സത്യത്തിൽ പൊതുഗതാഗതം ശക്തിപ്പെടുത്തുക എന്ന ഉദ്ദേശ്യത്തോടെ പെടാപാടുപെടുന്ന ഈ സ്ഥാപനത്തെ ഒരു ലോഭവുമില്ലാതെ സഹായിക്കുകയാണ് വേണ്ടത്. അതുകൊണ്ട് ഗുണങ്ങളേ ഉണ്ടാവൂ.

വിദ്യാഭ്യാസ മേഖലയിലും ആരോഗ്യമേഖലയിലും ഗവൺമെന്റ് കലവറയില്ലാതെ ഇടപെടുന്നതും സഹായങ്ങൾ നൽകുന്നതും നേരിട്ടും പ്രത്യക്ഷത്തിലുമുള്ള ലാഭം പ്രതീക്ഷിച്ചിട്ടല്ല എന്ന് തീർച്ചയാണല്ലോ. അവയുടെ ഗുണഫലങ്ങൾ വ്യത്യസ്തമാണ്. ലാഭമല്ല അവ തരുന്ന പ്രൊഡക്ട്. മറിച്ച് പൗരന്റെ മികച്ച ആരോഗ്യനിലയും ഉയർന്ന വിദ്യാഭ്യാസവും സാംസ്കാരിക ബോധവുമൊക്കെയാണ്.

കേരളത്തെ രാജ്യത്തിന് മാത്രമല്ല ലോകത്തിന് തന്നെയും മാതൃകയാവും വിധം ഉയർത്തി നിർത്തുന്നതിൽ ഈ രണ്ടു ഘടകങ്ങൾ വഹിക്കുന്ന പങ്ക് വളരെ വലുതാണ് താനും.

ഒരു ലാഭവും നോക്കാതെ ആരോഗ്യവിദ്യാഭ്യാസമേഖലയിൽ ധനവിനിയോഗം നടത്താൻ കാണിക്കുന്ന ശ്രദ്ധ ഭരണകൂടങ്ങൾ പൊതുഗതാഗത മേഖലയിലും കാണിക്കണം.

കെ.എസ്.ആർ.ടി.സിയെ ഈ രംഗത്തെ ഒരു ട്രസ്റ്റഡ് ബ്രാന്റായി മാറ്റണം.

ആളു കുറഞ്ഞ സമയമാവുമ്പോഴേക്കും ഓട്ടമവസാനിപ്പിച്ച് ബസ് ഷെഡ്ഡിൽ തിരികെയെത്തിക്കുന്നതാണ് സ്വകാര്യബസ്സുകളുടെ രീതി. ലാഭമില്ലാത്ത ഒരു റൂട്ടിലും ലാഭമില്ലാത്ത ഒരു സമയത്തും സർവ്വീസ് നടത്താൻ അവർക്ക് താത്പര്യമില്ല. രാവിലെ ഏഴരയോടെ സർവ്വീസ് തുടങ്ങി രാത്രി ഏഴരയോടെ ഓട്ടമവസാനിപ്പിക്കുന്നവയാണ് നമ്മുടെ നിരത്തിലോടുന്ന സ്വകാര്യബസ്സുകളിൽ മിക്കവയും. ഈ സമയമാണ് പീക്ക് ടൈം. ചില ബസ്സുകളാവട്ടെ ആളു കുറവുള്ള ഞായറാഴ്ചകളിലും അവധി ദിനങ്ങളിലും ഷെഡ്ഡിൽ നിന്ന് പുറത്തിറങ്ങുകതന്നെയില്ല.

കെ.എസ്.ആർ.ടി.സി. പക്ഷേ ഇതൊന്നും ഗൗനിക്കാതെയുള്ള സേവനമാണ് നൽകുന്നത്. രാത്രിയിലും അസമയത്തും അവധി ദിവസങ്ങളിലും ദുരിതരോഗ പ്രളയകാലത്തും നമുക്ക് ആശ്രയിക്കാനുള്ളത് കെ.എസ്.ആർ.ടി.സി. മാത്രമാണ്. ഇതുകൊണ്ടാണ് കെ.എസ്.ആർ. ടി.സിയെ ആളുകൾ ഇഷ്ടപ്പെടുന്നതും വിശ്വസിക്കുന്നതും. ആ വിശ്വാസമാണ് പ്രബലപ്പെടേണ്ടത്, പ്രബലപ്പെടുത്തേണ്ടത്. ഏത് സമയത്തിറങ്ങിയാലും ഏതുഭാഗത്തേക്കാണെങ്കിലും ഏറെ കാത്തുനിൽക്കാതൊരു ചുവന്ന സർക്കാർ ബസ് നമ്മുടെ വഴിയേ വരുമെന്ന വിശ്വാസം.

അങ്ങനെ ശക്തമായൊരു ഗതാഗത നെറ്റ്വർക്ക് ഉറപ്പ് നൽകാൻ കെ.എസ്.ആർ.ടി.സിക്ക് മാത്രമേ പറ്റൂ. അത് സാധ്യമായാൽ വിട്ടുപോവാതെ യാത്രക്കാർ സ്വകാര്യ വാഹനങ്ങളുപേക്ഷിച്ച് ആനവണ്ടിയിലേക്ക് തിരികെ വരും.

കളക്ഷൻ കുറവുള്ള ഭാഗത്തേക്കുള്ള ഷെഡ്യൂൾ വെട്ടിക്കുറക്കാൻ, പുനഃക്രമീകരിക്കാൻ, പാടെ അവസാനിപ്പിക്കാൻ ഒക്കെയാണെന്ന് തോന്നുന്നു കെ.എസ്.ആർ.ടി.സിയുടെ ഉന്നതാധികാരികളുടെ നിർദ്ദേശം.

സത്യത്തിൽ വല്ലാത്ത പ്രതിലോമകരവും ഖേദകരവുമായ ഒരു നീക്കമെന്നേ ഇതേപ്പറ്റി പറയാനുള്ളു. പേരിനെങ്കിലും സർവ്വീസ് എന്ന പദത്തോട് നീതി ചെയ്യണമെങ്കിൽ പാവപ്പെട്ടവരും പാർശ്വവൽക്കരിക്കപ്പെട്ടവരും താമസിക്കുന്ന ഇടങ്ങളിലേക്കുള്ള ബസ്സുകൾ മുടക്കാതെ ഓടിക്കുകയാണ് വേണ്ടത്. മറ്റു ബസ്സുകളൊന്നുമോടാത്ത ആദിവാസികൾ മാത്രം താമസിക്കുന്ന ചേകാടിക്കും ഒറ്റപ്പെട്ട പ്രദേശമായ കൂടല്ലൂരിനുമൊക്കെ ബസ് ലാഭപ്പേരു പറഞ്ഞ് നിർത്തി വെക്കാതിരിക്കുമ്പോഴല്ലേ സേവനമെന്ന വാക്കിനോട് കാവ്യനീതി പുലരുന്നുള്ളൂ.

കെ.എസ്.ആർ.ടി.സിയെ സഹായിക്കുന്നതിന്റെ കണക്കുകൾ ഭരണകൂടങ്ങൾ എപ്പോഴുമിങ്ങനെ പറഞ്ഞും പെരുപ്പിച്ചും കാണിക്കാറുണ്ട്. യഥാർത്ഥത്തിൽ കാലങ്ങളായി ആവശ്യപ്പെടുന്ന ഒരു കാര്യം, അത് അനുഭാവപൂർവം പരിഗണിച്ചാൽ പിറ്റേന്നാൾ മുതൽ 'ലാഭ'സ്ഥാപനങ്ങളുടെ പട്ടികയിൽ ഇടം പിടിക്കും ഈ സ്ഥാപനവും. ഇപ്പോൾ ടിക്കറ്റ് വിറ്റ തുകയിൽ നിന്ന് എടുത്തു നൽകുന്ന പെൻഷൻ ബാധ്യത സർക്കാർ ഏറ്റെടുക്കുക എന്നതാണ് ആ ആവശ്യം. അത് ചെയ്തു കഴിഞ്ഞാൽ

കെ.എസ്.ആർ.ടി.സിയും ലാഭസ്ഥാപനമായി മാറുമെന്ന് കണക്കുകൾ പരിശോധിച്ചാൽ മനസ്സിലാവും.

പണത്തിന്റെ മാനദണ്ഡം വെച്ച് അളവെടുത്താൽ ഭരണകൂടത്തിന് അണാപൈ തിരിച്ചുനൽകാത്ത എത്ര വകുപ്പുകളുണ്ട്. ആരോഗ്യ-വിദ്യാഭ്യാസമേഖലയിൽ ഗവൺമെന്റ് പണം ചെലവിടുന്നത് നേരിട്ട് ലാഭം പ്രതീക്ഷിച്ചിട്ടല്ല. പൗരന്റെ ക്ഷേമം എന്ന ലക്ഷ്യത്തിലേക്കെത്താനാണ് വരുമാനസംരംഭങ്ങളല്ലാത്ത ഈ വകുപ്പുകൾ പണി ചെയ്യുന്നത്. അവയിലെ ജീവനക്കാരുടെ ശമ്പളവും പെൻഷനും പൊതുഖജനാവിൽ നിന്നെടുത്ത് തന്നെയാണ് നൽകുന്നതും. ചെയ്യുന്ന സേവനവുമായി തട്ടിച്ചുനോക്കുമ്പോൾ കെ.എസ്.ആർ.ടി.സിയുടെ ആവശ്യം തീർത്തും ന്യായം തന്നെയാണ്.

ഒക്കെത്തിനും പുറമേ മനുഷ്യത്വപരമായ ഒരു വശം കൂടി ഇതിനുണ്ട്. ഒരായുസ്സു മുഴുവൻ കരിയോയിലും ഡീസലും പുരണ്ട ജോലി ജീവിതം നിരത്തിൽ ഓടിത്തീർത്ത സഹജീവികളോടുള്ള കരുതൽ കൂടിയാണ് താരതമ്യേന നിസ്സാരമായ പെൻഷൻതുക മാസാദ്യത്തിൽ തന്നെ നൽകാനുള്ള സംവിധാനമുണ്ടാവുക എന്നത്.

ജീവനക്കാരാണ് ഏത് സ്ഥാപനത്തിന്റേയും പുരോഗതിയുടെ ആധാരം. അവർ തന്നെയാണ് ഓരോ സ്ഥാപനത്തിന്റേയും ഗുഡ്‌വിൽ അംബാസഡർമാരും. ജീവനക്കാരെ പരിഗണിച്ചും വിശ്വാസത്തിലെടുത്തും വേണം എന്ത് പരിഷ്കാരങ്ങളും നടപ്പിലാക്കാൻ. കൃത്യമായി ഭേദപ്പെട്ട ശമ്പളം നൽകി ജീവനക്കാരന്റെ ആത്മവിശ്വാസം നിലനിർത്തണം, ആത്മാഭിമാനം ഉയർത്തണം.

'ഒക്കെ കള്ളന്മാരാണ്, ജീവനക്കാരാണ് ഈ സ്ഥാപനം നശിപ്പിക്കുന്നത്' എന്നൊരു കാടടച്ച് വെടിവെയ്പ് പൊതുവിലുണ്ട്. എന്തൊക്കെ പരിമിതികളുണ്ടെങ്കിലും ജീവനക്കാരുടെ സമീപനത്തിൽ കാര്യമായ മാറ്റം ദൃശ്യമാണ് എന്നത് കാണാതിരുന്നുകൂടാ. സ്ഥാപനം നിലനിൽക്കുക എന്നത് പ്രാഥമികമായി തങ്ങളുടെ തന്നെ ആവശ്യമാണ് എന്ന ബോധ്യമൊക്കെ ഇന്ന് തൊഴിലാളികൾക്കുണ്ട്.

പണിയെടുക്കാതെ ശമ്പളം വാങ്ങാനൊക്കുന്ന ഒരു മേഖലയേ അല്ല കെ.എസ്.ആർ.ടി.സിയുടേത്. മറിച്ചുള്ള തോന്നൽ പുറമേനിന്ന് നോക്കുമ്പോൾ മാത്രമുള്ളതാണ്. കെ.എസ്.ആർ.ടി.സിയിലുള്ളവരിൽ എല്ലാവരും തന്നെ ഒരു വിധത്തിലല്ലെങ്കിൽ മറ്റൊരു തരത്തിൽ സമയ-ടാർജറ്റ് സമ്മർദ്ദങ്ങൾ അനുഭവിക്കുന്നവരാണ്.

പി.എസ്.സി. വഴി തന്നെ മറ്റൊരു ജോലി ലഭിച്ചതോടെയാണ് ഞാൻ കെ.എസ്.ആർ.ടി.സിയിലെ ജോലി രാജിവെക്കുന്നത്. അതെ, രാജിവെക്കുക തന്നെയായിരുന്നു. കാരണം കെ.എസ്.ആർ.ടി.സിയിലെ സർവ്വീസ് മറ്റൊരു വകുപ്പിലും കൗണ്ട് ചെയ്യപ്പെടില്ല എന്നതിനാൽ രാജിവെക്കുകതന്നെ വേണമായിരുന്നു.

എന്തിന്, സർവീസ് പോവട്ടെ. അവിടെ നിന്നുള്ള ഒരു ശമ്പള സർട്ടിഫിക്കറ്റ് പോലും അർഹമായ ഘനത്തിൽ പരിഗണിക്കപ്പെട്ടില്ല എന്നതാണ് ദയനീയത.

ദുരിതകാലത്ത്, അല്ലങ്കിൽ ഒരു വിവാഹത്തിന്റെ ആവശ്യത്തിന് ഒരു ലോണെടുക്കാനായി സമീപിച്ചാൽ കെ.എസ്.ആർ.ടി.സിക്കാരനാണ് എന്നറിഞ്ഞാൽ ബാങ്കുകളുടേയും ധനകാര്യസ്ഥാപനങ്ങളുടേയും മാനേജർമാരുടെ തല ഉയരുകയേ ഇല്ല. പണം കിട്ടണമെങ്കിൽ സർക്കാരിന്റെ ഏതെങ്കിലും വകുപ്പിലെ ജീവനക്കാരുടെ ജാമ്യം തന്നെ വേണം.

കേരളഗവൺമെന്റ് സ്ഥാപനവും സംസ്ഥാന സർക്കാരിന്റെ വകുപ്പു മന്ത്രിയുടെ നേതൃത്വവുമൊക്കെയുള്ള സ്ഥാപനത്തിൽ പത്തിരുപത് കൊല്ലം ജോലി ചെയ്ത ഒരാൾക്ക് ഒരു ലക്ഷം രൂപ വായ്പയായി ലഭിക്കണമെങ്കിൽ പോലും ഇതു തന്നെയാണവസ്ഥ. ഇതൊക്കെക്കൊണ്ടു തന്നെയാവണം രാജി സമർപ്പിച്ച എന്നോട് പോവണ്ട എന്ന് ഒരാളും പറഞ്ഞില്ല. അല്ല, ആർക്കു പറയാനാവും പോവരുതെന്ന്.

എങ്കിലും ഇപ്പോഴും കെ.എസ്.ആർ.ടി.സി. ബസ് കാണുമ്പോൾ, ആ കാലത്തെക്കുറിച്ചോർക്കുമ്പോൾ സ്നേഹവും ഗൃഹാതുരതയുമുള്ള ഒരാന്തൽ ഉള്ളിലുണരും.

അതെ, ഇഷ്ടമാണ് കെ.എസ്.ആർ.ടി.സിയെ. എനിക്ക് മാത്രമല്ല, കേരളത്തിലെ യാത്ര ചെയ്യുന്ന അനേകായിരം മനുഷ്യർക്ക്. അതുകൊണ്ട് നിന്നു പോവരുത് കെ.എസ്.ആർ.ടി.സി.

ഡബിൾ ബെൽ മുഴങ്ങി മുന്നോട്ട് മുന്നോട്ട് തന്നെ കുതിക്കട്ടെ.

■

www.ingramcontent.com/pod-product-compliance
Lightning Source LLC
LaVergne TN
LVHW041623070526
838199LV00052B/3222
* 9 7 8 9 3 8 9 6 7 1 5 5 1 *